भेटशील पुन्हा..

सौ. श्वेता निखिल भोपी

$ta

A Book By :

FOREVER SHININGS

Instagram - @forevershinings.co

www.forevershinings.com

Book Title: Bhetshil Punha..

Book Author: Shweta Nikhil Bhopi

Published By: FOREVER SHININGS

ISBN: 978-93-5605-380-9

पुस्तका बद्दल

प्रिय वाचक,

हे पुस्तक तुम्हाला एका नव्या जगात घेऊन जाणार आहे. लेखनाच्या या प्रवासात, मी तुमच्यासमोर आणलेले विचार, अनुभव आणि भावना यामध्ये मी माझ्या मनातील गूढता आणि सौंदर्य यांचे अनावरण केले आहे. प्रत्येक पानावर तुम्हाला एक कथा, एक विचार किंवा एक गूढता सापडेल, जी तुमच्या मनाशी संवाद साधेल.

या पुस्तकामध्ये मी प्रेमाच्या विविध रंगांच्या छटांना तुमच्या समोर सादर करत आहे. आणि हे करताना मला तुमच्याशी एक नवा संवाद साधण्याची संधी मिळाली आहे.

माझ्या या लेखनाच्या प्रवासात तुम्ही सामील व्हाल अशी आशा आहे. तुमच्या मनाच्या गाभ्यात स्थान मिळवणारी काहीतरी विशेष अनुभूती या कथा देऊ शकतील. वाचनाच्या या अनुभवात, तुमच्या भावना, विचार आणि प्रेरणा एकत्रित करण्यासाठी तुम्हाला आमंत्रित करते.

तुमच्या प्रतिसादाची मी आतुरतेने वाट पाहते. चला, कधी ना कधी पुन्हा भेटण्याच्या आशेवर, एकत्रितपणे या प्रवासाला सुरुवात करूया!

- सौ. श्वेता निखिल भोपी -

लेखिके बद्दल

माझी ओळख

नमस्कार मी सौ. श्वेता निखिल भोपी, माहेरची श्वेता अजित घरत. माझं शिक्षण एमएससी (रासायनिक शास्त्र मध्ये), SNDT विद्यापीठातून झाले.

सध्या, मी एका फार्मा कंपनीत कार्यकारी म्हणून काम करते, जिथे विज्ञान आणि नवनवीन आव्हानं यांचा समन्वय माझ्या आयुष्यातील एक महत्त्वाचा भाग आहे .वाचन आणि लेखन हे माझे प्रिय छंद आहेत, जे मला सतत नवीन विचार आणि अनुभवांची शोध घेण्यास प्रोत्साहित करतात. तसं पहायला गेलं तर मला वाचनाची आवड माझ्या आई कडून लाभली. आणि वाचन करता करता मी लिखाण ही सुरू केले.

कितीही सुख अंगाखांद्यावर खेळत असले तरी मनुष्य हा असमाधानी असतोच. काही तरी मागे सुटून जातं. अशा परिस्थितही आयुष्य सुंदर आहे ह्या गोष्टीत मी विश्वास ठेवते. जीवनात काही गोष्टी अनपेक्षित असतात पण त्या घडतात आणि जीवन त्यातूनच सुंदर होते.

माझ्या विचारांना व्यक्त करण्याचा ‘ भेटशील पुन्हा..’ हा एक अनोखा प्रयत्न आहे. तुमच्यासोबत मी लिहीलेल्या कथा शेअर करण्याची मी उत्सुकतेने वाट पाहत आहे. चला, आता या रोमँटिक प्रवासात माझ्यासोबत तुम्ही देखील चला!

Contact me- shwetansta@gmail.com

पुस्तकाशी ओळख अमोल परब ह्यांच्या शब्दात!

भेटशील पुन्हा..
(एक प्रवास त्याच्या तिच्या आठवणींचा)

प्रेम म्हणजे प्रेम असतं
तुमचं आमचं सेम असतं

वरील ओळी पाडगावकरांनी किती समर्पक लिहिल्या आहेत ते श्वेता भोपी लिखित "भेटशील पुन्हा.." हे पुस्तक वाचताना पदोपदी जाणवतं.

प्रेमाची नेमकी व्याख्या काय? ह्याचं उत्तर आजवर कुणालाच सापडलेलं नाही.

'प्रत्येकाची रात्र थोडी
आतून आतून वेडी'

या संदीप खरे यांच्या ओळींना अनुसरून प्रत्येकाचे प्रेम हे देखील त्याच्या त्याच्या परीने ओळखले जाते आणि हाच धागा पकडून लेखिका श्वेता यांनी या पुस्तकातील सगळ्या कथा विणल्या आहेत.

सहसा प्रेमकथांचा एक ठराविक साचा असतो. एक नायक असतो, एक नायिका असते आणि त्या दोघांची त्यांच्या त्यांच्यापुरती एक कहाणी असते. त्यांच्या त्या कहाणीत त्यांचं असं एक जग असतं. त्या जगात त्यांच्या गोष्टी, त्यांच्या भावना, काही हव्याहव्याश्या, तर काही अगदीच नकोशा त्यांच्या आठवणी आणि सरतेशेवटी त्यांच्यातल्या अनामिक प्रश्नांची त्यांना मिळालेली उत्तरं असतात.

बरोबर ना?

"भेटशील पुन्हा" या कथासंग्रहात असलेल्या सगळ्या कथादेखील याच धर्तीवर आधारित आहेत.

मग आता तुम्हाला प्रश्न पडला असेल की, जर का सगळीकडे सगळं सारखं आहे तर मग वाचकांनी हा कथासंग्रह नेमका का आणि कश्यासाठी म्हणून वाचावा?

पण, ह्या प्रश्नाचं उत्तर याच साऱ्या कथांमध्ये दडलेले आहे.

भेटशील पुन्हा या कथासंग्रहातील साऱ्या कथांची खासियत म्हणजे, या साऱ्या कथा वाचताना आपल्याश्या वाटतात, आपल्या अवतीभवती घडत असल्यासारख्या वाटतात, या कथासंग्रहात असलेल्या कथांमधली एक तरी कथा आपल्याला वाचताना असं जाणवतं की, 'हो, थोडयाबहुत फरकाने आपल्या आयुष्यातही अशी एखादी व्यक्ती आहे किंवा येऊन गेली आहे.'

या कथांच्या अनुषंगाने काही चेहरे, काही प्रसंग, काही आठवणी नक्की मनात जिवंत होतील.

या कथांमुळे, आपण वाचक त्या कहाणीत नक्कीच आपल्याला शोधत पुन्हा एकदा भूतकाळात टाइम ट्रॅव्हल करणार हे मात्र नक्की.

प्रियंवदा..
पुस्तकातील राजा..
अनोळखी नाते..
प्रेम- एक मृगजळ..
एक निश्चय मनाचा..
पुनवेचा सूर्य..
येस आय लव यू..
भेटशील पुन्हा..

या आठ कथांच्या विश्वात आपल्याच काही आठवणी या लेखिकेने चोरल्या असल्याचा भास झाल्यशिवाय राहत नाही.

अर्थात हे यश सर्वस्वी लेखिकेचे आहे. त्यांनी त्यांच्या शब्दांनी या कथा अक्षरशः जिवंत केल्या आहेत. जणू त्यांनी त्यांच्या अलवार तरल मनाचा आरसाच त्यांच्या लेखणीतून आपल्या समोर ठेवला आहे. जेणेकरून या कथा वाचणाऱ्याला बऱ्याचश्या प्रसंगात त्याचा स्वतःचाच भास होत राहतो.

लेखिकेची लेखनशैली साधी सरळ आणि तितकीच विचारपूर्वक आहे.

प्रत्येक कथेमधल्या नायक नायिकेच्या नावावरूनच त्यांचा प्रत्यय येतो. खूप वेगळी, सतत लक्षात राहणारी नाव त्यांनी आपल्या हरएक कथेत आपल्या नायक नायिकेसाठी निवडली आहेत.

कथेतील प्रसंग, संवाद, पात्र रचना या सगळ्या गोष्टी कथेच्या मुख्य गाभ्याला पूरक आहेत. लेखिकेने या पुस्तकात स्वतःला अजिबात बांधून घेतल्याचे कुठेही जाणवत नाही. उलट दर कथेगणिक त्या मोकळ्या होत गेल्या आहेत.

प्रत्येकाच्या मनातली त्याची अधुरी कहाणी त्यांनी त्यांच्या या कथासंग्रहातील कुठल्या ना कुठल्या कथेमधून पूर्ण करण्याचा प्रयत्न केला आहे.

प्रेमाच्या या अनोख्या प्रवासातील या अनपेक्षित आणि तितक्याच प्रेक्षणीय वळणाच्या या कथांचा एकदा तरी आस्वाद घ्यायला हवा असं मला मनापासून वाटते.

जे लोक या जगात प्रेम आजही अस्तित्वात आहे असे मानतात अश्या त्या सर्व प्रेमात पडलेल्या प्रत्येकासाठी हे पुस्तक एक त्यांची खास अशी आठवण आहे

तर आवर्जून वाचा.....

भेटशील पुन्हा..

अमोल परब

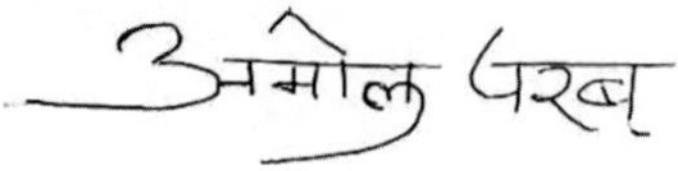

पुस्तका मागील माझे आधार स्तंभ..

हे पुस्तक केवळ माझे एकटीचे नाही. हे पुस्तक आहे माझ्या जन्मदात्या आई वडिलांचे (श्री. अजित घरत आणि सौ. सुमेधा घरत), ज्यांच्या संस्कारांनी मला पुस्तक लिहिण्या इतपत योग्य बनवले. हे पुस्तक आहे माझ्या पतीचे (श्री. निखिल भोपी) ज्यांनी मला हे पुस्तक लिहिण्यास हुरूप दिला. हे पुस्तक आहे माझ्या लेकाचे (ईशान भोपी) ज्याने वेळोवेळी मला नवे शब्द सुचवले. हे पुस्तक आहे माझ्या मैत्रीणिंचे (उत्कर्षा इंदुलकर आणि रोहिता ओक) ज्यांनी माझ्या लेखनशैलीत विश्वास ठेवला आणि उत्कर्षा इंदुलकर हिचे विशेष आभार जीने माझ्या पुस्तकाचे प्रूफ रीडिंग करून दिले. आणि हे पुस्तक आहे माझ्या सासऱ्यांचे (श्री. रमेश भोपी) ज्यांच्या पाठिंब्या शिवाय हे पुस्तक अशक्य होते.

धन्यवाद माझ्या लेखक आणि लेखिका मित्र वर्गाला (खासकरून श्री. अमोल परब आणि माझी लाडकी आड्वोकेट पारस्वी देवधर), ज्यांच्या मार्गदर्शनाखाली मी हे पुस्तक प्रकाशित करू शकले. धन्यवाद त्या प्रत्येक व्यक्तिला ज्यांचे अनुभव मी कळत नकळत माझ्या डोळ्यासमोर आणून एक एक कलाकृती उभी केली. प्रकाशकांचे (Forever shinings publications) आभार ज्यांनी माझ्या बऱ्याच शंकांचे निरसन केले आणि माझ्या लिखाणाला पुस्तकाचे रूप दिले.

आयुष्य खरंच खूप सुंदर आहे, फक्त मनात सकारात्मकता हवी. जी ह्या पुस्तकाच्या रूपात मी तुमच्या समोर सादर करीत आहे. देवावर आणि प्रेमावर मनापासून विश्वास ठेवला आणि सारं काही त्या देवावर आणि प्रेम ह्या सुंदर भावनेवर सुपूर्द केलं की डोक्यावरचा भार कमी होतो . एक आशेचा किरण जरी दिसला नाही तरी जीवन जगण्याची उमेद नक्कीच मिळते. हेच आहे आपले पुस्तक “ भेटशील पुन्हा..”.

-श्वेता भोपी
$ta

अनुक्रमणिका

१. प्रियंवदा

" हाय sssss !! आत्या आजी sss!!! "

शार्वीने दरवाजा ढकलत आत येऊन सोफ्यावर बसलेल्या तिच्या आत्या आजीला येऊन मिठी मारली. तिच्या असं अचानक येण्याने आजीच्या हातातला मोबाईल जरा सरकला. तो पडणारच होता तेवढ्यात शार्वीने तो झेलला.

" काय ग मुली अशी करतेस तू? " आजीने मोबाईल पुन्हा हातात घेत तिला म्हंटले.

" तू पण काय गं पाहावं तेव्हा त्या मोबाईलमध्ये असतेस...!"

आजीने हसतच तिच्याकडे पाहिले. अन् म्हणाली,
" काय करणार बरं मी तरी एकटी. दिवस तरी निघतो माझा त्या मोबाईलमध्ये."

" हो sss माहीत आहे मला. आणि काय बघतेस त्या मोबाईलमध्ये.. तर ते 'प्रियांशू' ब्लॉगरचे रोबोटिक मॉडेल्स आणि त्यांचे डिटेल्स. तू पण ना आजी कमाल आहेस. कॉमर्स आणि रोबोटिक्स काही संबंध तरी आहे का.. इतकी कशी काय गोडी तुला??"

शार्वी सगळं बोलेपर्यंत आजी शांतपणे सोफ्यावर मागे टेकून बसून होती आणि सोबतीला होता वर फिरणारा स्लो मोशनमधला पंखा आणि खिडकीतून येणाऱ्या वाऱ्यासोबत हलणारं ते विंड चाईम. आजी कसल्यातरी विचारात मग्न झाली.

आपण एकटेच बोलतोय असं शार्वीच्या ध्यानात येताच तिने

आजीला हात लावून हलवले. तिच्या स्पर्शाने आजी भानावर आली,
" अं, काय गं?" आजीने विचारलं.

शार्वी काही विचारायच्या आधी आजी तिला म्हणाली ,
"बैस इकडे. मी आलेच, आज मस्त दुधी मिळाला. हलवा केलाय मी. देते तुला."

आजीचा उत्साह पाहून शार्वी अवाक होऊन तिला पाहत होती. आजीच्या मागोमाग शार्वी किचनमध्ये गेली. शेजारी असलेल्या रिकाम्या कडप्प्यावर ती बसली. एकीकडे जोरजोरात पाय हलवत तिने बाजूला ठेवलेलं सफरचंद उचललं. सफरचंदचा एक चावा मारत तिने आजीला विचारलं,
" तू काय गं खातेस?? इतकं सगळं एकटी कशी करतेस?इतकी वर्ष एकटी राहतेस! बोर नाही का होत तू?"

आजीच्या चेहऱ्यावर स्मित कायम होते. तिने काचेच्या बोलमधून दुधी हलवा काढला आणि ती शार्वीकडे वळली आणि म्हणाली,
"तू बोर नाही का होत. इतके प्रश्न विचारून."

" बोर काय त्यात. एक तर अशी गूढ आहेस तू. एकटी राहतेस, कोणाकडून काही अपेक्षा नसतात तुझ्या, वाचन करतेस पण ते ही अशा विषयाचं ज्याचा तुझा काहीही संबंध नाही! आणि....."

इतकं बोलून शार्वी शांत बसली.

तिचं बोलणं मध्येच थांबलं म्हणून आजीने तिला विचारलं,
"आणि काय गं?"

शार्वी थोडी कचरली. तिची अस्वस्थता पाहून आजीने पुन्हा तिला विचारलं,

भेटशील पुन्हा..

" सांग ..काय झालं?"

तिने आजीकडे वळून पाहिलं आणि विचारलं,
" आत्या आजी .. व्हाय डीड यू नॉट गेट मॅरीड?"

कित्येक प्रश्न होते तिच्याबाबत. कदाचित कुणी विचारत नसेल. पण मनात मात्र साऱ्यांच्याच असणार.एकटी राहणे एक गूढ गोष्ट असू शकते. ह्याचा आजीने कधीच विचार नव्हता केला, जेव्हा तिने हा निर्णय घेतलेला.

आत्या आजी शांतपणे तिच्यासमोर बसून होती. आजीने गळ्यात अडकवलेला चष्मा डोळ्यावर लावला. मोबाईलमध्ये पुन्हा रोबोटिक्स पेज ओपन केलं. आजी आपल्याला इग्नोर करतेय का असं वाटून शार्वी आजीच्या पायापाशी येऊन बसली. तिने तिच्या मांडीवर डोकं ठेवलं आणि म्हणाली,

"आजी, आपल्या घरात इतके लोकं आहेत. पण मला ना तुझ्याजवळ शांत वाटतं. तू इतकी अबोल आहेस तरी वाटतं तुझ्यासोबत वेळ घालवावा. तुला माहित आहे, मला तुझं नाव खूप आवडतं.. 'प्रियंवदा' काय सुरेख अर्थ आहे ह्या नावाचा.. मधूरभाषिणी. आणि आहेस पण तू अशीच. मोजकच बोलतेस पण लाघवी बोलतेस! पण ना आजी जेव्हापासून समज आली तेव्हापासून असे प्रश्न आहेत... का..का तू एकटी आहेस? इतकी शांत, गोड, प्रेमळ आणि तरी का असं एकटेपणाचं जीवन?"

आजीने तिच्या केसात हात फिरवला. आणि डोक्यात थोडं थोपटलं आणि विचारलं,
" कधी प्रेम केलं आहेस का शार्वी?" शार्वीने नकार देत खांदे उडवले. " मग कर एकदा. ह्या जगातली सगळयात सुंदर गोष्ट आहे ही..."

शार्वीने मान वर करून तिला पाहिले आणि म्हंटलं,
" प्रेम!! तू केलं आहेस आजी प्रेम कोणावर?"

तिला उत्तर देण्यासाठी म्हणून आजीने छोटंसं हसू आणलं चेहऱ्यावर. मग आजी बोलू लागली...

"किती वर्ष झाली, पण कधीही कोणीही काहीही विचारलं नाही. पण आज तुझा प्रश्न आला अन् सगळा भूतकाळ समोर आला पहा! ही तेव्हाची गोष्ट आहे जेव्हा मी घरून हट्ट करून बाहेर शिकायला गेले होते. आपल्या गावी केवळ बारावीपर्यंत शिक्षण होते. गावातल्याच शाळेला लागून कॉमर्सचे दोन वर्ग बनवलेले. तिकडेच मूळ शिक्षण झालं. मला शिकायचं होतं. पण काही दोष होते किंवा आहेत माझ्यात. जे केवळ माझ्या घरीच माहीत होते. म्हणून मला बाहेर जाऊ नव्हते देत शिकायला.

पण खरं आयुष्य तेव्हा सुरू झालं, जेव्हा घरी हट्ट करून बाहेर पडले. कॉलेज आणि सोबतच पार्ट टाईम जॉब शोधून माझं आयुष्य सुरू होतं. असच एकदा...

लगबगीने चालत असताना माझ्या खांद्याला जोरात धक्का लागला. अगदी पिक्चरमध्ये दाखवतात तसं काही पुस्तकं किंवा कागद पत्रं वगैरे नाही उडाले, किंवा माझी ओढणी काही कोणाच्या चेहऱ्यावर वगैरे चिकटली नाही. पण एक मात्र झालं हात माझा चांगलाच शेकला गेला.

मी हात चोळत पुढे गेले. पुढे जाऊन हातातली फाईल उघडली, तर त्यात सरांनी जे टाईप करायला मॅटर दिलेलं तो कागदच नव्हता! 'फाईलमध्ये कागद ठेवायला मी विसरले होते, की मगाशी पडला कागद?' हाच विचार करत मी परत मागे आले.

पुन्हा त्या जागी येऊन मी तो कागद शोधत होते. नाही म्हंटले तरी चेहरा माझा रडवेलाच झालेला. कारण हा स्टेनोचा जॉब

मोठया मेहेनतीने मिळाला होता.ती एका लॉयरची फर्म होती. आणि आजच ते लेटर पाठवायचे आहे असे साहेबांनी बजावलं होतं. मी तशीच रडवेली फिरत होती. तेवढ्यात पाठी मागून आवाज आला.

" ए हलो.. ये आपका सामान है क्या?"

मी मागे वळून पाहिले, ' सामान..!?' तो हातात एक कागद घेऊन उभा होता. माझ्या कागदाला तो सामान म्हणाला. मी डोक्यावर हात मारला आणि त्याच्याजवळ जाऊन तो कागद घेतला. मी जशी वळले तसा तो म्हणाला,

" कैसा आदमी लोग हैं.. थँक्यू भी नहीं बोलता." खरं तर त्याला थँक्यू मी का बोलावं असं वाटत होतं मला. एक तर मला धडकला, शिवाय माझा कागद पाडला आणि वर माझी परतची पायपीट झाली ती अजून वेगळीच. पण माझ्याकडे ना वेळ होता, ना त्याच्याशी बोलायची इच्छा! मी तशीच पळत-पळत माझ्या ऑफिसमध्ये गेले. लगेच साहेबांची बेल आलीच. मी पटापट सगळं टाईप केलं आणि लेटर ठरलेल्या ठिकाणी पाठवूनही दिलं. साहेबांनी बोलावले होते, तर आत गेले. मी पटापट लेटर टाईप करुन पाठवलं म्हणून माझी वाहवाही करत होते. नाही म्हंटलं तरी थोडी हवा गेलीच डोक्यात. ' उफ.. किती शांत वाटलं मला सांगू..'
मी चालत-चालत माझ्या महिला वसतिगृहाकडे निघाले. फूटपाथवर कोणीतरी कागद गोळा करताना दिसला. मी एका डोळ्याने पाहिले. तो जो कोणी होता, तो बिचारा एकटाच पसारा आवरत होता. अंधार होत आलेला अन् तो एकटाच सारं काही करतोय.

मी माणुसकीच्या नात्याने त्याच्या जवळ गेले अन् त्याला विचारलं " काही मदत करू का?" असं बोलून मी त्याच्या समोर गुडघे

दुमडून बसले. त्याच्याकडे न पाहताच मी सगळे कागदपत्र गोळा करू लागले. तो अचानक बोलला "ये कैसे हुआ??बहुत शुक्रिया तुम लोग का." त्याचा आवाज ऐकून मी त्याच्या चेहऱ्याकडे पाहिलं. मी त्याचे कागदपत्र हातात घेऊनच उभी राहत एकदम ओरडली.." तू ssss" तो पण म्हणाला " तुम"..

'हाच तो ज्याच्यामुळे सकाळची पळापळ झाली माझी.'

' येही है वो जो सुबह टकरायी थी.. और इसका कागज मेरे पास आ गिरा.'

" तुला काय रे झालं ओरडायला?"

" क्या बोला तुम.. क्या डाला मै!?"

बाजूच्या लॅम्पपोस्टची नारिंगी लाईट त्याच्या चेहऱ्यावर पडत होती. मी त्याचे वाक्य ऐकून त्याच्याकडे पाहिले.
मी त्याला अशी काय पाहते म्हणून तो पुन्हा म्हणाला , "तुमको पूछ रहा हू मैं.. मैं क्या डाला.."

देवा त्याची ती भाषा, ती बोलण्याची पद्धत! मराठी नव्हता एवढं कळलं होतं. मग मी पण मोडकं-तोडकं हिन्दी बोलत त्याला म्हंटले," डाला नाय रे, ओरडणे को... म्हणजे.. काय ते चिल्लाने को?"

माझ्या हातून त्याचे पेपर घेत तो म्हणाला, " तुम हमको दोपेहर को टकराया था ना. इस लिये सोचा. यही आदमी है ना."

तो मला सारखा आदमी बोलत होता अन् मी तितकीच चिडत होती. ह्याच्याशी बोलण्यात काही अर्थ नाही असं समजून मी एकही शब्द न उच्चारता सरळ हॉस्टेलकडे चालू लागले. तो मागे-मागे धावत आला. " अरे सूनो तो. तुम नाराज क्यू होता हैं?"

मी चिडून त्याच्याकडे पाहिलं. " हे बघ मला तू आदमी बोलू नकोस. मी औरत आहे."

" अरे सॉरी हमको ऐसा नही केहना था. तुम लेडीही हो. वो क्या ना बंगाली हु, तो हिंदी इज नाईंटीन - ट्वेंटी."

"मेरी भी हिंदी इतकी चांगली नाही. पण मुलगे को आदमी ही बोलती हु और मुलगी को औरत ही बोलती हु."

तो हसू लागला अन् मग तो बोलू लागला. त्याने इथे एमएससी फिजीक्सला शिकत असल्याचं सांगितलं. शेजारच्या बॉयज हॉस्टेलमध्ये तो राहत असल्याचं कळलं मला. बोलता-बोलता तो माझ्या हॉस्टेलपर्यन्त चालत आला. अनोळखी शहरात आपलासा वाटला. मी गेटमधून आत जाताना त्याला बाय केले. तेव्हा तो पटकन म्हणाला, "वो तुम तुम्हारा नाम नहीं बताया."

मी हसून त्याच्याकडे पाहिले, " प्रियंवदा.. और तुम?"

" मैं... शांतनू.."

मी हसून निघून गेले. इतका काही देखणा नव्हता तो. पण का कोणास ठाऊक आता त्याचं ते वाकडं-तिकडं हिंदी आवडलं होतं मला. कदाचित कुणी पहिलाच मुलगा आपल्यासोबत बोलला म्हणून मलाही छान वाटलं असावं.

अशी होती आमची ओळख. "

शार्वी मन लावून ऐकत होती. तिने आजीला विचारले,

"म्हणजे तो मराठी नव्हता तर.. आणि म्हणून तुझं लग्न नाही झालं त्याच्यासोबत..." तिचा हा प्रश्न येताच आजीने नकारार्थी मान हलवली.

शार्वी गोंधळून गेली आणि म्हणाली "मग काय झालं ग असं.."

"पुढे असेच एखाद-दोन वेळा चुकून समोरासमोर आलो. पण ही व्यक्ती समोर आली की पोटात मस्त फुलपाखरे धावत आहेत असं वाटतं आपल्याला, ही जाणीव व्हायला सुरुवात झालेली. अण्णांनी एक घड्याळ दिलेलं मी ते कायम लावून असायचे. तो आपल्याला केव्हा केव्हा भेटला ह्याचे मी मनोमन कॅलक्युलेशन केले. आणि तो समोर येईल अशी त्या-त्या रस्त्याने जाऊ लागले. मी बी.कॉमच्या पहिल्या वर्षाला अन् तो एम.एस.सी फिजिक्सच्या पहिल्या वर्षाला होता.

अधून-मधून भेट व्हायची. तो त्याचं तोडकं-मोडकं हिंदी बोलायचा अन् मी त्याच्यापेक्षा बरी हिंदी बोलत होते. एकदा पार्ट टाईम जॉब संपवून मी हॉस्टेलकडे निघालेले. ज्या रस्त्याने मी जात होते त्या तिथे एक पार्क होतं. वर्दळ फारशी नव्हती. त्याची सायकल मला सली. घड्याळात पाहिले तसा वेळ होता माझ्याकडे, म्हंटलं भेटून घेऊयात. मी पार्कमध्ये आले. तो दूर एका बाकावर बसला होता. हातात एक जाडसर पुस्तक.. अगदी बुडाला होता तो त्याच्यात.

डोळ्याला चष्मा लावून तो शांतपणे पुस्तकात गर्क होता. मी त्याच्या शेजारी बसले. माझी चाहूल लागताच त्याने एकदम मला पाहिले.
" पिया...तुम.."

त्याने मला पिया म्हणताच माझ्या पोटात जरा जास्तीच फुलपाखरे उडू लागली. पण तसं काही रिॲक्ट नाही केले मी. मी त्याच्यावरून नजर हटवून दूर पाहत बसून राहीले. तेव्हा त्याने पुस्तक बंद केलं आणि मला म्हणाला,

भेटशील पुन्हा..

" यहा कैसे आया तुम?"

मी त्याच्याकडे पाहिलं आणि विचारलं,

" डू यू अंडरस्टँड मराठी?"

तो थोडा विचारात पडून म्हणाला, " येस!"

" गुड, सो आपण मराठीत बोलूया."

" समझता है, बोलनेको नही जमता."

" मी शिकवीन, पण ते हिंदी दोघांना पण जड जातं.."

" हा, बोला तो सही तुम."

" मी आलेले असच चालायला.."
हातात असलेली ऑफीस पर्स आणि कॉलेज बॅग पाहत तो म्हणाला,
" ऐसे??...मराठी मे क्या बोलनेका ऐसे को?"

" असं.." मी मराठीत त्याला सांगितलं.

त्याने माझ्या बॅग आणि पर्सकडे हात दाखवत म्हंटलं,
"असं???"

मी पण त्याची नजर चुकवून इकडे-तिकडे पाहिलं. विषय बदलत मी त्याला विचारू लागले,
" कोणतं पुस्तक वाचतोयस?"

त्याने पुस्तकाकडे पाहिलं अन् म्हणाला, " बहुत मस्त पुस्तक हाय! बहुतही इंटरेस्टिंग टॉपिक हाय. मुझे ना रोबोटिक्स सिखना हाय."

" ओह, काय असतं ते. " अजाण मी..त्याला विचारून घेतलं.

त्याने मला सांगितलं, की सगळ्यात पहिला डिजिटली ऑपरेट झालेला आणि प्रोग्राम केलेला रोबोट हा ज्याने शोधला तो होता जॉर्ज देवो . १९५४मध्ये त्याने हा शोध लावला अन् त्याला नाव दिलं युनिमेट. आता त्यामध्ये बरीच नवीन प्रगती होत आहे.आणि पुढे जाऊन ह्याचा खूप मोठा फायदा होणार आहे फॅक्टरीमधली सगळी कामे सुरळीत होण्यासाठी.

त्या काळात कुठे गं असे विषय माहीत होते. पण कमालीचा हुशार होता तो. त्या विषयाची खोली इतकी जास्त आहे. आणि १९७०-७१मध्ये हा अभ्यास करण्याची गोडी लागणं म्हणजे कमाल वाटली मला त्याची.
लोळत बसलेल्या शार्वीने पटकन पोटावर झोपून तिला चिडवत विचारलं, " ओहो.. म्हणून असलं काही सर्च करत असतेस होय??"

आत्या आजीने होकारार्थी मान हलवून पुढे सांगायला सुरूवात केली.

" हो ss त्याच्या सोबत बोलून-बोलून खूप सवय लागली असलं टेक्नोलॉजीचं वाचायची, जाणून घ्यायची."

शार्वीमधली अल्लड मुलगी आजीला विचारू लागली, " ए आजी.. सांग ना... कोणी प्रपोज केलं आधी???"

आजी रॉकिंग चेअरमध्ये मागे टेकून बसत त्या जुन्या रम्य आठवणींत रमत सांगू लागली,

“हळू-हळू भेटी वाढल्या. एकमेकांची ख्याली खुशाली विचारत असताना एकमेकांची काळजी घेणे ही सुरू झालं. परीक्षा

अगदीच तोंडावर आल्या होत्या. जागरण तर व्हायचच शिवाय असे सतत लायब्ररीत जाणं सुरूच होतं. एकदा रात्री मी माझी गोळी घ्यायला विसरले. आणि त्याचे पडसाद दुसऱ्या दिवशी उमटले.

दुसऱ्या दिवशी तो आणि मी लायब्ररीत काही नोट्स काढत बसलो होतो. माझ्या डोळ्यांसमोर अंधारी आली. तो अगदी माझ्या विरुद्ध दिशेला बसला होता. माझ्या वेगळ्या हालचाली त्याला जाणवल्या. त्याने टेबल क्रॉस करत माझ्याकडे धाव घेतली. मी जवळजवळ अन्कन्शीअस झालेले. त्याने लायब्ररीमधल्या पिउन मामाच्या मदतीने मला जवळच्या दवाखान्यात नेलं. जेव्हा शुद्धीवर आले, तेव्हा एकीकडे एक नर्स मला सलाईन लावत होती. आणि एकीकडे शांतनू होता. माझा हात हातात घेऊन, रडवेल्या चेहेऱ्यानी बसला होता. मी त्याच्या हातातून माझा हात सोडवला अन् त्याच्या केसात हात फिरवला. तेव्हा इतका वेळ हुंदका दाबून बसलेला बंगाली बाबू एकाकी बोलला,

"आमी तुमाके छाडा बाचते पारबॉना."

शार्वीने एकदम चमकून विचारलं, "बापरे हे काय होतं आणि तुला कळलं होतं का??"
आजी गोड हसली अन् म्हणाली " आधीच हिंदीचे वांदे ..हे बंगाली कसलं जमणार आपल्याला. जेव्हा तो असा बोलू लागला तेव्हा वाटलं की खूप इमोशनल झालाय तो. मी त्याला नजरेनेच विचारलं. ' काय?'

त्याने माझा हात पुन्हा हातात घेतला. " आय.. आय... आय.. आय कान्ट लिव्ह विथाउट यू."

"वाव आजी कसलं भारी!!!!" शार्वी म्हणाली.

आजी थोडीशी लाजलिच...

"होय. . मला पण भारी वाटलं. कारण आवडत तर होता तो मला ही पण तो आवडण्याचे कारण त्याची हुशारी होती की त्याचं सगळं शिक्षण त्याच्या स्कॉलरशिपवर सुरू असणं होतं, की एका वेगळ्या विषयाची ओढ त्याला असणं हे होतं, माहीत नाही. थोडक्यात, मी उत्तर शोधत होते... का आवडतो हा आपल्याला? त्याच्या त्या व्याकुळतेमध्ये मी हरवलेच!"

पुढील काही महिने आम्ही एकमेकांना टाळू लागलो. भावनेच्या भरात तो त्याचं प्रेम व्यक्त करून बसला होता. आणि मी त्याचे प्रेम स्वीकारू शकत नव्हते, त्याला खूप कारणे होती."

"खूप म्हणजे? अशी किती कारणे होती आणि कोणती?" शार्वीने विचारलं.

"हाच प्रश्न शेवटी न राहवून त्याने मला विचारला. मी तेव्हा बी .कॉम. च्या दुसऱ्या वर्षाला होते आणि त्याचं एम एस्सी दुसरं वर्ष होतं.सोबत एकीकडे रोबोटिक्सचे पण प्रशिक्षण घेत होता. एकदा मी त्याच पार्कमध्ये बसले होते. नवरात्रीचे दिवस होते. तो सायकलवरून त्या पार्कमध्ये आला. मी बसलेल्या बाकाजवळ तो आला. अन्..."

"पिया.."
मी त्याच्याकडे वळून पाहिलं. मी भुवयांनी त्याला इशारा करत विचारलं, " काय?"

त्याने त्याच्या मागून हळूच एक कापडी पिशवी पुढे आणली. अन् त्यातून सफेद साडी विथ रेड बॉर्डर बाहेर काढली. त्याने मराठीत मला विचारलं.. " माझेशी लग्न करशील?"

खरं तर डोळ्यात पाणी आलं माझ्या. पण इतका नाईलाज होता. कसा होकार देऊ. जेव्हा मला माझ्या लिमिटेशन माहित होत्या. मी मान फिरवून बसून राहिले. तो माझ्या शेजारी येऊन बसला. " प्लीज टेल मी. क्यू ना हैं?? मी कमी वाटतो का तुला कुठे. पिया मुझे जरुरत है तुम्हारा , तुम साथ रहेगा, ट्रस्ट मी आय विल अचीव व्हाटएवर आय वॉन्ट. प्लीज हा बोल पिया. किस बात का डर हैं?? घरवाले.. या फिर मैं बंगाली तुम मराठी?"
मी तशीच शांत बसून होते. त्याने माझा हात हातात घेतला. त्या काळी इतकं सहज नव्हतं मुलगा-मुलगी जवळ बसणं. पण ते धाडस तो करत होता.

त्याची ती केविलवाणी स्थिती पाहून मला राहवलं नाही. मी त्याचा हात घट्ट पकडला, " शांतनू, माझ्या हृदयाचं वॉल्व विक आहेत. मला केव्हाही अटॅक येऊ शकतो. कितीही इच्छा असली तरी मी नाही येऊ शकत जवळ तुझ्या. प्लीज कुणी चांगली गुलगी बघ आणि कर लग्न."

"तुम्हे क्या लगा मला माहित नाही.. तुला काय तकलीफ आहे. उस दिन डॉक्टरनी सगळं सांगितलं होतं मला. यू.. यू.. जस्ट ट्रस्ट मी. आय विल बी विथ यू ऑल्वेज!!"

इतकं प्रेम शार्वी काय सांगू तुला!

"मग आत्या आजी..तू घेतलीस ती साडी?" शार्वीने विचारलं.

आजी हलकेच हसली, " मन तर खूप होत होतं, पण त्याच्या आयुष्याशी खेळणं योग्य नव्हतं. मी तशीच उठले अन् चालू लागले."

तो ही पुन्हा आला नाही.

"मग ssssss?" शार्वीने उत्सुकतेने विचारलं.

"मग मी बी. कॉम पूर्ण केलं, अन् त्याने एम एस सी नंतर रोबोटिक्स शिक्षण घेतलं. त्याच्याविषयी कॉलेज मधून कळत होतं तो कुठे आहे ते. कारण त्या काळात त्याने जरा वेगळाच विषय निवडला होता.

असेच सुरू होते सारे. मी तर लग्न करायचं नाही असं ठाम सांगितलं होतं घरी. त्यांना ह्याचं कारण माझं हृदय विक आहे म्हणून, असं वाटलेलं. पण खरं कारण माझं मलाच ठाऊक होतं."

एक दिवस अचानक दोन मोठ्या कार येऊन दारात उभ्या राहील्या . संपूर्ण असा साजश्रृंगार करून नटलेल्या दोन-चार बायका उतरल्या. त्यांच्या हातात शगूनचे ताट होते. मी झाडांना पाणी देत होते. त्या बायकांच्या मागून एक माणूस उतरला. डोक्यावरील केस जवळ-जवळ नाहीसे झालेले. त्याने त्या बायकांमधून वाट काढत माझ्याकडे मोर्चा वळवला.

मी हातात पाण्याचा तांब्या घेऊन उभी राहिले. तो आणखी जवळ आला. त्याने माझ्याकडे पाहून स्माईल केलं, मी आवासुन त्याला पाहत होते.
"आज पुरी फौज लेके आया हु.. लग्न करूगा तो मराठी मुलगीशीच." शांतनू मला म्हणाला.

तो, त्याचे आई-वडील, आत्या , काक्या असे बरेचजण आले होते. आई अण्णांना शांतनूविषयी काहीच माहीत नव्हतं. अण्णांना जेव्हा कळलं तेव्हा ते थोडे रागवलेच पण मी नकार दिला हे ऐकून थोडे नरमले. तो काळ तसा वेगळाच होता. मला वाटलं होतं हे कसं शक्य आहे. आम्ही अगदीच वेगळ्या वातावरणात वाढलेले होतो. त्यात माझा हा आजार. आज आयुष्य आहे, उद्या नाही.

सगळे जण माजघरात बसले. मी आतल्या खोलीत बसून होते. अण्णांनी बोलवलं. मी मान खाली घालूनच बाहेर आले.

" ही मंडळी काय म्हणत आहेत.. तुझी ओळख आहे का घोषसोबत."
मी हळूच शांतनूकडे पाहिलं आणि होकारार्थी मान हलवली.

अण्णांनी शांतनू आणि त्याच्या परिवाराला पुन्हा कल्पना दिली माझ्या तब्येतीची. शांतनूचे बाबा हिंदीत वार्तालाप करत म्हणाले, " आज हमे पता है इनकी बिमारी का, पर अगर पता ना होता तो?? इसी लिये बच्चो के मन का होने दो."

अण्णांच्या होकाराची वाट पाहत सारे बसलेले. खूप विचार करून अण्णा तयार झाले. शांतनूच्या बाबांनी सांगितलं की शांतनू पुढच्या शिक्षणाला बाहेर देशी जाणारे. तो आला की आपण लग्न उरकून घेऊ.
माझा माझ्या कानांवर विश्वास नव्हता बसत. त्यांनी शगुनचे सामान माझ्या समोर मांडले आणि शांतनूने तीच साडी माझ्यासमोर आणली जी मी नाकारली होती.

" आहे का गं आजी तुझ्याकडे ती साडी??" शार्वीने मधेच विचारलं.

आजी आत गेली आणि तिने ती साडी शार्वीला दाखवायला घेऊन आली.

" वाव तू अजून जपून ठेवलीयस, आणि हे काय अजून घडी नाही मोडलीस???"

आजीने नकारार्थी मान हलवली.

त्यादिवशी मी पुन्हा आतल्या खोलीत जाऊन उभी होते. सगळे

जायला निघाले. जाताना शांतनू, मी उभी असलेल्या खोलीबाहेर येऊन उभा राहिला. " पिया... लौटकर आऊंगा, तुला घ्यायला. मला भेटशील तेव्हा ही साडी नक्की नेस.. "

त्याच्या त्या वाक्याने मी लाजून चुर झाले.

मी लग्नाच्या स्वप्नदेशात विहार करीत होते. तो परत येण्याची वाट पाहत होते.

आणि

आणि

.

.

एक दिवस तार आली. कल्कत्यावरून.
मि. शांतनू नो मोर. लॉस्ट लाईफ इन प्लेन क्रॅश. डू नॉट कॉन्टॅक्ट.

.

.

.

" ओह नो......" शार्वी म्हणाली.

आजीचे अश्रू अनावर झाले.
" मरण माझे पक्के होते पण तो दगावला...."
शार्वी शांत बसून राहिली.

" आज हे रोबोटिक्स वाचते तेव्हा त्याच्यासोबत कनेक्ट आहे असं वाटतं. त्याला खूप प्रगती करायची होती. स्वतःसाठी नाही पण देशाच्या उन्नतीसाठी. आज तो असता तर हे सगळे ' प्रियांशू ' नावाचे ब्लॉग्ज तो लिहीत असता. "

आता दोघींमध्ये निरव शांतता होती. तितक्यात आजीच्या मोबाईलवर एक नोटीफिकेशन आलं.

" पोस्ट बाय प्रियांशू.."

" आजी...मग तू ती साडी नेसणारच नाहीस का?"

" नेसेन... तो भेटणार असेल तेव्हा...." आणि आजी आतल्या रूममध्ये निघून गेली.

बराच वेळ झाला आजी बाहेर नाही आली. म्हणून शार्वी आत गेली. आजीला पाहताच ती पळत तिच्याजवळ गेली. आजी बेशुद्ध अवस्थेत पलंगावर पडून होती. आणि तिने शांतनूने दिलेली साडी नेसली होती. तिने आजीचे हात-पाय चोळले. पण आजी शुध्दीवर येत नव्हती.

शार्वीने अंब्यूलन्सला कॉल केला. हॉस्पिटलमध्ये इमर्जन्सी वॉर्डमध्ये आत्या आजीला ॲडमिट करून तिने जवळच्या नातेवाईकांना बोलावले. सगळे येईपर्यंत ती वेटींग एरियामध्ये बसून होती.

अचानक घाई गडबड सुरू झाली. एका वयस्कर गृहस्थाला ॲडमिट करण्यात येत होतं. आत्या आजीच्या शेजारच्या बेडवर त्यांना ठेवण्यात आलं. इमर्जन्सी वॉर्डमध्ये पडद्याचं पार्टिशन केलं होतं.

त्याला घेऊन आलेले दोघेजण आपापसात बोलत होते. "काय नशीब बघ ह्याचे. कमालीचा हुशार माणूस. पण एकाकी आयुष्य जगतोय. " एक माणूस म्हणाला.
" हो sss..आमचा बनी सांगत होता. हा काय तरी लिहितो इंटरनेटवर. खूप उपयोगी विषय आहे. जे लिहितो ते पुढे शिकणाऱ्या मुलांना अन् देशाला खूप कामी येणार आहे."

तितक्यात डॉक्टर शार्वीला बोलवायला येतात.
" तुम्ही आहात का प्रियंवदा मॅमसोबत?"

" होय."

"मॅम, न्यूज चांगली नाही आहे. त्यांचं हार्ट खूप विक झालंय. खरं तर हे मिरॅकल आहे. शी सर्वाइव टील नाव.. बट आज शक्यता कमी आहे. तुम्ही बोलवून घ्या सगळ्यांना."

शार्वीने मन घट्ट केलं आणि श्वासांसाठी झगडत असलेल्या आपल्या आजीला पाहिलं.

अचानक शेजारच्या बेडकडून डॉक्टरचा आवाज आला.
" ह्यांचं कुणी आहे का.. नातेवाईक?"
त्यांना घेऊन आलेले दोघे पळत जवळ येतात आणि एक जण सांगू लागतो, " डॉक्टर आम्ही आणलं आहे त्यांना. त्यांच्या एका नातेवाईकाने आमच्या बिल्डिंगमध्ये त्यांची राहायची सोय केली होती. येता-जाता ते गप्पा मारत असत. आज बोलायला आले नाहीत म्हणून घरात जाऊन पाहिलं तर शुद्ध हरपून पडलेले होते."

डॉक्टरने चेक केलं आणि सांगितलं त्यांचं हृदय काम करायला सक्षम नाही. बोलवून घ्या नातेवाईकांना.
डॉक्टर जाताच ते दोघे बोलू लागले. त्यांचा नातू सांगत होता.. एका विमान अपघातातून ते बाचवले पण बरेच वर्ष कोमात होते. शुद्धीत आले तेव्हा कोणाला ओळखत नव्हते. जेव्हा सगळं पूर्ववत झालं, तेव्हा बरीच वर्षे लोटली होती. जिच्यासोबत लग्न होणार होतं तिच्याकडे जाण्यास खूप उशीर झालेला. मग आयुष्यभर एकटा राहिला. आज इतका मोठा ज्ञानी आहे पण आपलं बोलायला असं कुणीच नाही.

आजीने हळूच डोळे उघडले. समोर शार्वी अश्रू भरल्या डोळ्यांनी पाहत उभी होती. थरथरत्या आवाजात आजी तिला म्हणाली.. " शार्वी, दम घुटतोय गं ... पडदे सारतेस का?" शार्वीने डोळे पुसत

भेटशील पुन्हा..

पडदा सरकवला.

पडदा सरकताच.. नुकतेच शुद्धीवर आलेले शेजारच्या बेडवरचे गृहस्थ आवाजाच्या दिशेने पाहू लागले. अन् आजीनेपण तिथेच पाहिले.

पलीकडून आवाज आला.... " पिया......." आजीच्या डोळ्यातील अश्रू वाहू लागले... " शांतनू....तू आहेस...."

शेजारी उभा असलेला माणूस म्हणाला.. हे शांतनू नाहीत... ' प्रियांशू ' आहेत. खूप प्रसिद्ध ब्लॉगर... रोबोटिक्सवर लिहितात.

प्रियांशूचा उल्लेख ऐकताच आजी तिच्या साडीवरून हात फिरवत शार्वीला म्हणाली "बघ शार्वी मिळालं का उत्तर... व्हाय आय डीड नॉट गेट मॅरीड..... आणि..आणि..मी म्हणाले होते ना...तो भेटेल तेव्हा नेसेन मी ही साडी!"
शांतनू तिला त्या साडीत पाहून तसाच तिच्याकडे पाहत राहिला. त्याने हात फैलावत प्रियंवदाला जवळ यायला सांगितले. शार्वीने नर्सेसच्या मदतीने दोन्ही बेड जोडले.

शांतनूने तिचा हात हातात घेतला... " बघ बोलली होतीस ना तुझं आयुष्य आज आहे उद्या नाही.. आणि मी ही कोमातून बाहेर येऊन समजत होतो, तुझं अन् माझं एकत्र येणं आता होणं नाही. कारण तुझं आयुष्य थांबू नये म्हणून माझ्या वडिलांनी तुम्हाला खोटी तार केली होती मी दगावल्याची."

" मला तरी कुठे ठाऊक होतं..तू प्रियांशु आहेस. तुझा विषय म्हणून सगळे ब्लॉग्ज वाचले तुझे..बघ कायम सोबत होतोच की."

" आयुष्य गेलं विरहात... पण पिया... आयुष्याची संध्याकाळ एकत्र घालवायचं मात्र आपल्या निशिबात होतं."
अश्रू अन् प्रेम भरल्या नजरेने ते दोघे एकमेकांना पाहत

होते. हातात हात पकडून दोघे एकमेकांसोबत होते.

.

.

.

आणि

.

.

आणि

दोन्ही मॉनिटरवरच्या वर-खाली चालणाऱ्या रेषा सरळ होऊन चालू लागल्या.....

प्रियंवदा... शांतनू... अनंताच्या प्रवासाला निघून गेले होते.

समाप्त

२. पुस्तकातील राजा.

रोज जाणे, रोज येणे. एकच रस्ता. तेच ते विचार. येऊन आवरा. आवरून निघा. तीच ती दैनंदिनी. तीच ती एकटीची कहाणी.

ही कहाणी आहे रूहीची.

शिक्षण संपवून, नोकरी निमित्त बाहेर आली. ओळखीच्या काकूंनी एक भाडे तत्वावर घर मिळवून दिलं. रूहीचे रूटीन म्हणजे ऑफिस आणि घर. फार कुणाशी बोलणं नसे. एकटीच आपली.

ऑफिसमधून येताना शुक्रवारी एका वाचनालयात जाऊन मात्र ती एक पुस्तक आणायची. मग शनिवार रविवार त्या पुस्तकासोबतच तिचा वेळ जात असे. कदाचित कोणाशी बोलणं आणि भेटणं टाळण्यासाठी तिने हा पर्याय निवडला असावा.

अशीच एका शुक्रवार ती वाचनालयात गेली.

आज काय झालं होतं तिला कोणास ठाऊक, कोणतेच पुस्तक आवडेना तिला. 'वरच्या मजल्यावर जाऊन आणखी काही पर्याय मिळतात का पाहू'. ह्या विचाराने ती वरच्या मजल्यावर गेली. पुस्तकांची नावं वाचत ती पुढे जाऊ लागली. तसं एक नाव नजरेस आलं. दोन सेकंद तिने विचार केला आणि पुस्तकाला हात लावला. पलीकडून तेच पुस्तक खेचले गेले. पुस्तक पलीकडे उभ्या असलेल्या व्यक्तीच्या हातात गेले. तिने रॅकमधून डोकावून पाहिलं एक क्षण ती थांबली आणि नंतर ती पुढे सरकली... दुसऱ्या पुस्तकाच्या शोधात.

वाचनालयातून घरी आल्यावर तिची तीच रोजची कामं सुरू होती. पण आज तिचे चित्त थाऱ्यावर नव्हतं. राहून-राहून

पुस्तकांच्या रॅकमधून दिसलेला तोच चेहरा तिच्यासमोर येत होता. पुस्तक शोधलं दुसरं पण तो चेहरा तिच्या नजरेतून हले ना. तिने रस्त्याने येताना स्वतःला खूप समजावलं.. नाही पुन्हा तो विचार आणायचा. पण सगळे प्रयत्न निष्फळ. पुन्हा आला तो. पुन्हा दिसला तो.

तो.

तिचे पहिले प्रेम!

ज्याच्यापासून दूरावून तिने हृदयाचे सारे दरवाजे बंद केले होते.

का गेला?

कसा गेला?

ह्या प्रश्नांची उत्तरे तिला आजतागायत मिळाली नव्हती. उत्तरे न देताच तो निघून गेला होता आणि आज पुन्हा अचानक दिसला होता तो.

चार-पाच वर्षापूर्वी रूही मुंबईत आली होती. एक बडबडी आणि आत्मविश्वासू मुलगी. सगळ्यांना आपलंसं करणारी. आयुष्यात एक अनुभव आला अन् सारं-सारं बदलून गेलं.

तशी तिला वाचनाची भयंकर आवड! तिने नोकरी करूनही तिची हीआवड जोपासली होती.

एकदा अशीच पुस्तक वाचायला ती गेली होती. एक पुस्तक हाती लागलं. कविता संग्रह होता तो... व्ही. एम. दिक्षितलिखित. जसं-जसं ती वाचत गेली, ती त्या कवितांमध्ये गुंतत जायला लागली. रोज ती त्याच कवीची पुस्तकं शोधू लागली. तिला एकेदिवशी त्याची एक कादंबरी सापडली. 'मी तिच्यात वहावलो तेव्हा!'.

म्हणजे हा एक कवी आणि लेखकही आहे. त्याचे लेख, कविता वाचताना तिला सुखद शहारा उमटत असे. तिला वाटे,

कवीची कविता

कुणी कवी मलाही भेटावा,
ज्याने माझ्या सौंदर्यावर कवितेचा वर्षाव करावा,
नजरेत त्याच्या साचून रहावे मनाचे सौंदर्य माझ्या
अन् ह्रदयात त्याने जपावे माझ्यातील मला...
त्याच्या प्रत्येक शब्दात असावे माझे अस्तित्व,
विचारात त्याच्या सतत असावे माझेच असणे.
येऊन त्याने मला सांगावे
जे ना मी कधी होते ऐकले...
तुझ्या विना कसा राहू, कायम सोबत रहा तू ,
तूच माझी कामना तूच माझ्या ओठांचे हसू.
गुंफून शब्दांचे तोरण,
सजवावे त्याने प्रेमाचे अंगण.
भेटावे असे त्याने मला,
कवितेत हरवून जावी मी त्याच्या..
तो कवी केवळ माझा असावा
त्याच्या प्रेमाचा मेघ माझ्यावर बरसावा..

@रूही.

व्ही.एम. दीक्षितचं सगळं काव्य, त्यांच्या सगळ्या कथा, लेख सगळं अगदी आवर्जून वाचत असे ती! मनोमन प्रेम करायला लागलेली ती ह्या अनोळखी आकृतीवर!

एके दिवशी तिने डायरी काढली आणि त्याच्याविषयी वाटणारे सगळे भाव तिने त्यात उतरविले...

'अनोळखी धूसरसा चेहरा मला माझा वाटतोय. त्याच्या विचारांमध्ये सगळं कसं शांत वाटतं. जर खरंच कधी समोर आला ना तो, तर त्याच्या मिठीत मी विरघळून जाईन. हवाहवासा वाटणारा त्याचा सहवास, नकळत त्याच्या प्रेमात गुंतलेली मी, त्याचं असं पुस्तकरुपी केवळ माझ्या आयुष्यात असणं.. सगळं इतकं सुंदर वाटू लागलं आहे! तुटणाऱ्या ताऱ्याकडे काही मागावं, तर माझं मागणं फक्त एकच असेल...' तो'!!

एक जादूची कांडी मला मिळावी अन् एकच इच्छा माझी पूर्ण व्हावी. त्याने केवळ माझ्या आयुष्यात सोबत रहावे. ना माझे त्याला काही प्रश्न असतील. ना कोणता हट्ट. मनात आहे एक गुपीत. ज्यात एक भाबडी इच्छा आहे. त्याने माझ्यावर प्रेम करावे. पण माझा हा हट्ट अजिबात नाही. तो ह्या रुपात माझ्या आयुष्यात असण्याने मला किती आनंद मिळाला आहे हे केवळ मीच जाणते. त्याला शब्दात सांगायचे आहे मला की खरंच खूप प्रेम करते मी त्याच्यावर. काहीही अपेक्षा नाहीत माझ्या. पण जेव्हा पेन उचलते लिहायला, त्याच्यासाठी नेमके लिहायची हिम्मत होत नाही. पण हे जे सुंदर वाटत आहे ना सारं त्या वाटण्याला कसलीच तोड नाही. हाच तो आहे ज्याच्या हातात हात घेऊन मी प्रत्येक क्षण विना कोणत्याही तक्रारीने राहू शकते. केवळ एका घट्ट मिठीची अपेक्षा आहे.... केवळ एक घट्ट मिठी....'

@रूही

ह्या प्रेमाच्या विश्वातून कधी बाहेरच येऊ नये असच तिला वाटत राहायचं. तो प्रत्यक्ष कधी भेटेल, अशी अपेक्षा तिने कधीच केली नाही. पण पुस्तकांवरील प्रेम, पुस्तकातील राजावर कधी बसलं ते तिचं तिलाच कळलं नाही.

भेटशील पुन्हा..

'एकदा ऑफिस मध्ये सर्क्यूलर आलं. 'कवी, कवयित्री, लेखक, लेखिकांच्या भेटी घडवण्याचा ध्यास आमचा. त्वरित इकडे नोंदवा नाव तुमचे'. रूहीने नाव नोंदवले. भेटुया, जाणुन घेऊया काय विचार करतात कवी लेखक मंडळी.

रूही त्या कार्यक्रमाला गेली. तिकडे मान्यवर कवी आणि लेखक ह्यांची नावे एका फलकावर लिहिली होती. उत्सुकतेने ती त्या यादीत व्ही. एम. दिक्षितचे नाव शोधू लागली. 'वाह आलेत ते. आज भेट होणार.' समारंभ सुरु झाला. सगळे आपलं मनोगत सांगू लागले, कविता, लेख.. सगळे एक सो एक. पण दिक्षित साहेब काही समोर येईना.ती मन लावून सगळ्यांच्या कविता ऐकत होती. आणि आवडत्या लेखकाची वाट पाहत होती.

तिचा मोबाईल वायब्रेट झाला.

काकूंचा कॉल... आता का त्यांनी कॉल करावा.

"हॅलो काकू!!!!"

" रूही बेटा, तू आज येणार होतीस ना, जरा लवकर येशील का मला जरा माझ्या बहिणीकडे जायचे आहे." रूही आज रूमचं रेंट द्यायला काकूंकडे जाणार होती. त्याच काकूंचा कॉल होता.

ती तशीच उठली पळत-पळत जायला निघाली. तेव्हा अचानक तिची समोरून येणाऱ्या मुलासोबत टक्कर झाली. दोघे एकमेकांना सॉरी म्हणाले. अन् रूही इकडे-तिकडे न पाहता पळू लागली.

रिक्षाने रूही काकूंकडे जायला निघाली. जाताना एकच विचार लेखक भेटला असता तर बरं झालं असतं. पण काकूंना नाही बोलू शकत नव्हती ती. म्हणून मनात नसतानाही तिने तिकडून काढता पाय घेतला.

काकू तिची वाट पाहत होत्या. ती येताच त्या म्हणाल्या " बरं झालं हो आलीस! मी बहिणीकडे जाते. फक्त थोडा वेळ घरी थांबशील का. माझा भाचा ऋषू आलाय गं बँगलोरहून. त्याचं सामान तो इकडे ठेऊन गेलाय एका कार्यक्रमाला. मी गेले तर त्याला त्याचं सामान नाही नेता येणार. म्हणून प्लीज जरा थांबशील का.. पोहे केलेत. तू अन् तो घ्या तेवढे.." काकूंना तिने महिन्याचे पैसे दिले आणि म्हंटलं "काय काकू!! प्लीज वगैरे का म्हणताय, जा तुम्ही, आहे मी. ते येई पर्यन्त थांबेन."

काकुंचे मिस्टर हयात नव्हते असं रूहीला कुणीतरी सांगितलं होतं. त्यांचा मुलगा नोकरीनिमित्त परदेशात असल्याने काकू एकट्याच. पण सभोवताली त्यांचे बरेच नातेवाईक राहत होते. काकूंनी पण त्यांच्या गोड स्वभावाने सगळ्यांना बांधून ठेवले होते.

रूहीची अन् काकूंची ओळख काकूंच्याच मैत्रिणीमुळे झाली होती. त्यांची मैत्रिण म्हणजे रूहीची दूरची काकी. पण ह्या काकूंनी त्यांच्या गोड स्वभावाने रूहीलाही लळा लावला. रूहीला त्यांच्याविषयी फार आपुलकी होती. नेहमी त्यांच्या मदतीला ती धावून येत असे. आजपण म्हणूनच ती त्यांच्या एका कॉलवर थेट आली. आपल्या स्वप्नातल्या राजकुमाराला पहायची संधी सोडून... हा, पण इकडे आल्यावर मात्र मनात त्या ऋषूच्या नावाने शंख केला हे नक्कीच.😊. कोण कुठला हा ऋषू, आणि त्याच्यासाठी आपण उगीच इथे थांबलोय!

काकुंचं घर त्यांनी सुंदर सजवलं होतं. अगदी भातुकली सारखं. घरातच एक छोटीशी लायब्ररी... अनेक पुस्तकांनी नटलेली. रूही कुतुहलाने दुरुन ती लायब्ररी पाहत होती. काकूंची आवड सुरेख होती. प्रेम कथा भरभरून होत्या. त्यात व्ही. एम. चे नाव ही डोकावत होते.

भेटशील पुन्हा..

व्ही. एम चं नाव दिसताच तिच्या गालावर लाली आली. 'केव्हा भेटशील...' तिच्या मनात नेहमीचा प्रश्न आला. स्वतःशीच हसत ती सोफ्यावर जाऊन बसली.

'त्याला भेटणं नशिबात नाही बहुदा' अशी खंत करत तिने पर्स मधून कादंबरी काढली, अर्थात पुस्तक व्ही. एम. दिक्षितचंच होतं.. बुकमार्क बाजूला सारला अन् ती वाचू लागली....

'तुला तो खडक आठवतो का रे. किती तास त्यावर बसून आयुष्याचे सुंदर क्षण घालवले आपण! आजूबाजूला फक्त घुमणारा तो वारा. वाऱ्यावर उडणारी माझ्या केसांची बट पाहून काय रे व्हायचे तुला! सतत ती बट न्याहाळत बसायचास. तुझ्या नजरेत जादूच होती. उगीच मी स्वतःला सुंदर समजू लागले. किती तुझे ते बहाणे.

पापणीचा केस गालावर पडलाय सांगून हलकेच गालाला स्पर्श करणं, केसात पहा काय अडकलय सांगून माझ्या केसांसोबत तुझं ते खेळणं! मोहरुन जायचे मी त्या स्पर्शाने. खरेच वाटायचे त्याक्षणी, तुला घट्ट बिलगून रहावं. समाजाचे सगळे मांडलेले नियम तोडून तुझ्यात सामावून जावं.

एवढ्या मोठ्या जगात जेव्हा तू मला निवडलंस ना, तुला शब्दात कसं सांगू तेव्हा माझं सुख कीती द्विगुणित झालेलं! पुढे आयुष्य काय असेल, ना तुला ठाउक होतं ना मला! पण आज ह्याच सगळ्या सुखाच्या गोष्टी मला बळ देतात. तुझ्या प्रेमात पुन्हा उभे राहायला शिकवतात. कधी तरी सत्यात भेटशील तू अशी हमी देतात......'

वाचता वाचता एकदम रूही तल्लीन झाली.. व्ही. एम चा शब्द अन् शब्द ती मन लावून वाचते. जणू तो हे सगळं तिच्यासाठीच लिहीतो.वाहवत जाते ती त्याच्या शब्दांत.

तो कसा दिसतो,त्याचा स्वभाव कसा आहे.. त्याचे आयुष्य काही काही माहीत नव्हते तिला. इतकेच काय.. त्याने तर त्याचं नावही कधी जाहीर केलं नव्हतं. ज्या व्यक्तीवर आपण प्रेम करतो त्याचे नाव ही आपल्याला माहीत नाही.पण तरीही ती त्याचाच विचार कायम करते.

वाचता वाचता खूपच तल्लीन झाली ती.

तेवढ्यात...

टन sss.. टन sss. अचानक रूही भानावर आली. 'यार बेल वाजली कळलंच नाही.' ती पुस्तक तसेच ठेऊन पळत पळत दरवाजा उघडायला गेली.

तिने दरवाजा उघडला आणि पाहते तर कुणी माणूस गेटच्या बाहेर जात होता.

तिने आवाज दिला,

"एक्स्क्युज मी!"

तिचा आवाज ऐकताच तो मागे वळला.....

तो एक क्षण थांबला आणि वळून रूही जवळ येत म्हणाला.. "हाय! मी ऋषू, तुम्ही....??" ऋषूला आठवले ही मुलगी मगाशी कार्यक्रमाच्या ठिकाणी त्याला आदळली होती.

'ओह मावशी हिच्याविषयी सांगत होती तर! मावशीची फेवरेट. किती स्तुती हिच्या सोज्वळपणाची! बट, मावशीने वर्णन केले तशीच आहे. सुरेख. कुणीही वळुन पाहील अशी!' तो मनात स्वतःशीच बोलत होता.

रूही त्याचा रुबाब पाहतच राहिली. एका क्षणासाठी तिला वाटलं तो खडकावर बसून नायिकेला न्याहाळणारा नायक असाच असावा! ज्याला प्रॉपर हॅंडसम हे विशेषण देता येईल असा! प्रत्येक मुलीच्या स्वप्नातला राजकुमार.

नीट-नेटका, मस्त प्लेन फुल शर्ट आणि कॉन्ट्रास्ट पॅंट, शर्टच्या हाताच्या बाह्या दुमडलेल्या, हातात मस्त घडयाळ, चमकदार शुज....

'टिक टिक' ऋषूने टिचकी वाजवून रूहीला भानावर आणलं. भानावर येत रूही म्हणाली "ओह, सॉरी...मी रूही. "

"माझी बॅssग."

"ओह, येस येस, काकू म्हणाल्या मला."

"मावशी आणि मी बोललो फोनवर, ती वृंदा मावशीकडे गेलीय असं सांगत होती."

"ह्मम, या तुम्ही आत."

ऋषू त्याची बॅग आणायला आत गेला. रूही पुन्हा पुस्तक घेऊन बसली..पण डोळ्याच्या एका कोपऱ्याने ती त्याला शोधत होती.

ऋषूचा प्रभावच इतका भारी होता.

तो बाहेर आला अन् म्हणाला,

" चलो बाय , मी निघतो."

रूही म्हणाली,

"काकूंनी पोहे केलेत तुमच्या साठी,देऊ का?"

"अरे वाह शुअर." तो खुशीने म्हणाला.

ती आत गेली तोवर ऋषूचं लक्ष सोफ्यावर ठेवलेल्या पुस्तकावर गेलं... व्ही. एम.... तो स्वतःशीच हसला.

रूही बाहेर आली तिने त्याला स्माईल करताना पाहिले म्हणून त्याला विचारलं,

"काय झालं, का स्माईल करताय?."

तो उत्तरला "नाही.. हे पुस्तक.."

"त्यात काय हसण्यासारखं?"

"म्हटलं कुणी कसं काय ह्याचं पुस्तक वाचू शकतं! "

रूहीनी चमकून त्याच्याकडे पाहिले " एक्स्क्युझ मी!!! काय प्रोब्लेम आहे त्यात?"

"अरे काहीही, लिहितो हा!. अर्थ तरी असतो का..!? उगीच खिळवून ठेवायचं! सगळ्यात महत्वाचं म्हणजे..."

"तुमचे पोहे थंड होतील..." रूही त्याला अडवत म्हणाली. "रागवलात की काय तुम्ही!? सॉरी बाबा, पण ह्याची बरीच फॅन फोलोईंग आहे असं ऐकलंय. "तोंडात पोह्यांचा घास घेत तो म्हणाला, "पाहिलय का तुम्ही त्याला? "

" नाही." रूही त्याच्याकडे न पाहताच म्हणाली. पण मनात ती म्हणत होती '..तू नसता आलास आज तर पहायला मिळालं असतं. एक चार्म सोडला तर बाकी मला तुझा रागच आहे. किती वर्षांची प्रतिक्षा आज फळाला लागणार होती. श्या! पण सब बरबाद.'

"बघा ना ही मावशी पण... कलेक्शन पहा पुस्तकांचा तिच्या! त्याच लेखकाची सगळी पुस्तकं! मी जेव्हा येतो इकडे तेव्हा अशीच घेऊन बसते ती पुस्तकं, मी तर म्हणालो तिला नको वाचू ह्या बोर माणसाची पुस्तकं. पण कोणी नाही ऐकत माझं."

तो एकटाच बडबड करतोय ह्याची त्याला जाणीव झाली.

'टिक टिक..' "ओ हॅलो मॅडम काही बोलाल का?" टिचकी वाजवत ऋषूने तिला भानावर आणले.

"अं" रूही उद्गारली" व्हेअर हॅव यू लॉस्ट?" ऋषू प्रश्नार्थक नजरेने पाहत तिला विचारत होता.

"नाही, काही नाही... तुम्हाला आणखी पोहे देऊ का?" "नो, थॅंक्यू... बाय द वे आहे काय ह्या पुस्तकात इतके?"

"तेच तर वाचतेय मी, मला कळलं की सांगेन तुम्हाला." त्यावर ऋषू म्हणाला " मी तर तुम्हाला सजेस्ट करेन, सोडा हा नाद, दुनिया देखो..."

रूहीने स्वतःच्या रागावर नियंत्रण ठेवत त्याला म्हंटलं "निघू का मी? उशीर होतोय मला." ऋषू उत्त्तरला "फारच रागवता बुआ तुम्ही, फार पसेसिव्ह दिसताय तुम्ही व्ही.एम विषयी...
हा हा हा !!"

रूहीने त्याला इग्नोर करत आपली बॅग भरायला सुरुवात केली. तिने बॅग उचलली अन् चालू लागली.

ऋषू उठला अन् तिचा हात पकडून तिला अडवत म्हणाला "प्लीज ऐका ना..." तेवढ्यात..

टन sss.. टन sss दरवाज्यावर बेल वाजली.

"पाहते मी. " रूही ऋषूकडे न पाहताच म्हणाली.

ऋषूने तिचा हात सोडला. अन् स्वतःशीच हसला.

दरवाजा उघडताच काकूंचा आवाज आला,
" अरे बेटा थँक्यू सो मच, बघ माझा फोन पण डिस्चार्ज झाला, तुला कॉल करणार होते मी, असुदे, लावते मग चार्जिंगला , गेला का गं ऋषू ?"

" आहे मी मावशे!" आतून ऋषूचा आवाज आला.

"अरे टोणग्या, आहेस का अजून? कार्यक्रम कसा होता.. बरं पोहे खाल्लेस का? जेवूनच जा आता."

" अगं एक तरी उत्तर देऊ का, आली आहेस तेव्हापासून ना तिला बोलू दिलस ना मला!"

"अरे सॉरी, सांग आता." मावशीबाई म्हणाल्या.

ऋषू सांगू लागला,
"अगं, नाही थांबत आता, जेवायला बाहेर जायचंय क्लायंटसोबत, मग घरीच जाईन आता, अन् निघेन नंतर क्लायंटकडे जायला."

"बरं, तुझं काय ग रूही?"

"मी पण निघते काकू."

"बरं निघा, मी म्हातारी काय आता तुम्हाला बोर वाटणार."

मावशीबाई गुपचुप एकट्याच हसत पुटपुटल्या.

ऋषू खोटं-खोटं रागवत म्हणाला,

"झाली का नौटंकी करुन मावशे.."

"हाहाहा, निघा निघा, मी आपले सहजच."

"मी निघते काकू.." रूही म्हणाली.

"ऋषू आपल्या 'रंगमंच' बिल्डिंगच्याखाली सोड बरं तिला."

" नक्की!" ऋषू उत्तरला.

"नको ss" रूही पटकन म्हणाली.

"अरे काय रे, हो नाही चाललय. जा निमूट सोबत, मला पण तेवढं अवसान की तू सुखरूप पोचलीस." मावशी बाई म्हणाल्या.

"काकू, जरा बोलायचे होते... किचनमध्ये येता का?"

"हो चल. "

दोघींचं बोलणं झालं, तशा मावशीबाई हसत-हसत बाहेर आल्या.

"ऋष्या, मार देईन हा, व्ही.एम बद्दल काहीही बोललास तर!"

ऋषू रूहीकडे आश्चर्याने पाहत म्हणाला,
"ओह कंप्लेंट केलीय होय माझी, हे पहा मी माझे विचार मांडले आहेत आणि भारताचा सुजाण नागरिक आहे मी, मला विचार मांडायचं स्वातंत्र्य आहे."

मावशी त्याच्यासमोर हात जोडत म्हणाल्या "कोण जिंकणार बाबा तुझ्याबरोबर?"

"चला मॅडम निघुया." ऋषू रूहीकडे पाहत तो म्हणाला.

ऋषूने बॅग उचलली आणि दोघेही बाहेर आले. तो रूहीला म्हणाला थांब इकडेच येतो कार घेऊन. रूहीने होकारार्थी मान हलवली आणि त्याची वाट पाहत थांबली. मगाशी पुस्तक वाचत असताना हात चाळा म्हणून रूमची चावी सवयीने हातात खेळवत बसलेली ती. चावीला सुंदर स्मायली ☺कीचेन लावले होते तिने. ती चावी तशीच तिच्या हातात राहिली होती.

ऋषू ची कार येताच रूहीने मागच्या सीटचा दरवाजा उघडला आणि आत बसली, ऋषू तिच्याकडे न पाहताच म्हणाला.. "वील चार्ज ₹२००."

रूही रागात ओरडली "व्हॉट ssss?"

ऋषू हसत म्हणाला,
" आता मागे बसशील तर , तू पॅसेंजर आणि मी ड्रायव्हर ना?"

रूही रागाने मागचं दार उघडू लागली अन् छम ss असा आवाज झाला. तिने त्या आवाजाकडे दुर्लक्ष केलं. दरवाजा उघडून ती बाहेर आली आणि पुढे येऊन बसली... त्याने गालातल्या गालात हसत कार स्टार्ट केली.. मस्त शांत इन्स्टुमेंटल सुरू केलं. दिवसभराच्या दगदगीने रूहीसुद्धा थकली होती आणि तो पण. त्या संगीताने तिचा सारा शीण दूर होत होता.

अर्ध्या तासाचा रस्ता दोघे सोबत प्रवास करत होते. ना ती त्याच्या सोबत काही बोलत होती ना तो तिच्या सोबत.

"रंगमंच" येताच गाडी थांबली.

तिला शांत बसलेलं पाहून तो काहीच म्हणाला नाही. गाडी पुढे जात नाही हे लक्षात येताच तिने त्याच्याकडे पाहिलं. तो हेड रेस्ट ला डोके टेकवून बसला होता.

'खरंच चार्मिंग... परफेक्ट हिरो.' रूही मनात म्हणाली.

ती त्याच्याकडे पाहतेय हे लक्षात येताच तो म्हणाला "रंगमंच इज ओके की येतेस मृगजळला?" तिला एक क्षण काहीच कळलं नाही. तसा तो म्हणाला " युअर डेस्टिनेशन इज हीयर माईन इज फाईव बिल्डिंग फर्थर 'मृगजळ'!"

रूही कार मधून उतरली त्याला थँक्यू म्हणाली आणि रूमकडे चालू लागली. तोही ड्राईव्ह करत त्याच्या बिल्डिंगच्या दिशेने निघाला.

गाडी पार्क करून त्याने त्याचे सामान बाहेर काढले, 'पिकपिक ss' कार लॉक करुन तो मस्त मंद शिटी वाजवीत एका बोटात कारची चावी फिरवत बिल्डिंगच्या लिफ्टकडे चालू लागला.

इकडे ती पर्समध्ये हात घालून चावी शोधते आणि तिकडे तो ही खिशात हात घालून घराची चावी काढतो. तो दार उघडून आत जातो. ती अजूनही चावी शोधत असते.

अन् अचानक तिच्या लक्षात येते ...

'अरे यार... चावी तर हातात घेऊन बसलेले मी, ओ शिट कारचा पाठीमागचा दरवाजा बंद केला तेव्हा हातातून निसटली वाटतं. आता काय करू? काकूंना कॉल करू..?' ती काकूंना कॉल करते पण फोन स्विच ऑफ येतो. 'श्या ऑलरेडी उशीर झालाय. आता त्यालाच गाठावं लागेल, काय बरं म्हणाला तो ....हा म्हणाला की फाईव बिल्डिंग फर्थर, बघते कुठेय मृगजळ. मे बी भेटेल चावी त्याच्या कार मध्ये.'

रूही चालू लागली. चालत चालत एक एका बिल्डिंगचे नाव ती वाचत होती. . 'नुपूर ' ' कलाकार ' ' रूपक ' 'स्वानंद' ..एक एक

बिल्डिंग मागे टाकत ती चालू लागली. आणि शेवटी ती पाचव्या बिल्डिंगपाशी येऊन थांबली ' मृगजळ'..

ती बिल्डिंग चे आवार पाहत विचार करू लागली..ह्याला कुठं शोधू आता.

बिल्डिंगकडे पाहत ती त्या नक्षीदार अशा ' मृगजळ' नावाला न्याहाळत राहिली. एका काचे मागे ते नाव कोरले होते. क्षणाक्षणाला ती नक्षी बदलत होती. आत्ता फुले, मग पाने, मग ढग... जेव्हा-जेव्हा चित्र बदलत होते ती आश्चर्यचकित होत होती. स्वतःशीच हसत म्हणाली खरंच मृगजळ आहे.. आत्ता आहे क्षणात नाही..

ऋषू फ्रेश होऊन क्लायंटला भेटायला जायची तयारी करत होता. फोनमध्ये सगळे उपडेट्स चेक करायला घेतले. तर नेटवर्क गायब. टॅक्सीमध्ये चेक करेन असा विचार करून त्याने मोबाईल बाजूला ठेवला.

त्याने घराची चावी घेतली अन् निघाला.

खाली आला तर समोर रूही उभी होती. वॉचमनकडे ती विचारपूस करत होती,
" मला ऋषी साहेबांना भेटायचंय."

वॉचमन तिला सांगत होता,

"इथे कुणी ऋषी नाही राहत, केव्हाचे सांगतोय तुम्हाला."

ऋषू दुरुन तिचे हातवारे करत बोलणे ऐकत होता. त्याला फार गंमत वाटत होती. आज ही वॉचमनला काही सोडत नाही वाटते.

ऋषू पुढे येऊन तिच्या मागे उभा राहिला आणि तिला म्हणाला " हॅलो, मी हवाय का?" रूहीने मागे वळून पाहिले. ऋषू उभा होता.

त्याचे ते सुरेख हसू अन् रूहीची वाचा गायब. त्याचं ते परफ्यूम, जेल्लड हेअर स्टाईल... रूही फ्लॅट झाली. त्याने टिचकी मारून तिला भानावर आणले."टिक टिक" .

रूहीने भानावर येऊन वॉचमनला म्हंटले,

"बघा, हा ऋषी म्हणत होती मी." वॉचमन म्हणाला..." मॅडम हे ऋषी साहेब नाहीच आहेत, हे तर...."

ऋषू वॉचमनला अडवत म्हणाला,

"मी सांगतो त्यांना डिटेल्स,जा तुम्ही."

"बोला मॅडम कसं येणं झालं.."

"अरे.. आय मीन अहो.."

" अ हं, अरे इज ओके , मी अगदी त्या व्ही. एम सारखा ओल्ड मॅन नाही आहे."

रूहीचा चेहरा टोमॅटोसारखा लाल झाला.

"ओ सॉरी बाबा... नाहीतर मावशीकडे कम्प्लेंट जायची बुआ ."

"तू नीट बोलतच नाहीस का, का सारखा व्ही. एमच्या मागे असतोस ?"

ऋषू हसला अन् त्याच्या मनात विचार आला 'नशीबवान आहेत व्ही. एम साहेब, किती पसेसीव्ह फॅन्स आहेत.'

" बरं बाबा चुकलो, आता तरी सांगशील का येणं केलस."

कुणीतरी फार रुसले होते पण त्याच्या ह्या बोलण्याने ती मनातून खुश झाली. त्याचा चार्म काही वेगळाच होता. पहिलीच भेट पण हक्काने रागवावेसे वाटत होते तिला. तो समज काढतो आपली ह्यात एक वेगळाच आनंद मिळत होता तिला. असावे कोणीतरी असं प्रत्येकाच्या आयुष्यात जो आपल्या रुसण्याने आपल्याला मनवायचा प्रयत्न करेल. असतं का असं कुणी... परफेक्ट? केवढी ती गंमत चाललीय त्याची. क्षणात उपदेश देतो. क्षणात चीडवतो. हसतोय तर पाहतच रहावसं वाटतं.

"टिक टिक, मॅडम आमचे कान आतूर झालेत, तुमचा आवाज ऐकण्यासाठी.'

ती तंद्रितून बाहेर आली आणि भडाभडा बोलू लागली.
"ऋषू मगाशी ना कारमध्ये माझ्या रुमची चावी पडली, प्लीज जरा देतोस का . मी काकूंना लावत होते फोन पण त्यांचा फोन अजून स्वीच ऑफ आहे. मग तू म्हणालास ना फाइव्ह बिल्डिंग.. ते आठवले. मग आले शोधत तुला. तर हे वॉचमन म्हणतात तू इथे राहत नाहीस. बरं झालं तू आलास. नाहीतर कुठे शोधणार होते मी तुला."

ऋषू खूप हसू लागला, इतकं की त्याच्या डोळ्यात पाणी आलं. ती त्याच्याकडे अचंबित होऊन पाहू लागली.

“किती विअर्ड आहेस तू, का असा हसत आहेस.. तुला मी जोकर वाटते का?”

"हाहाहा.. अगं खरंच सॉरी, पण तू इतकं फास्ट-फास्ट बोलत होतीस! जणू तुझ्या मागे कुणी लागलंय. किती बडबड केलीस, म्हणून हसलो, जरा दम घे बालिके.”

रूहीने हाताची घडी घातली अन् मान फिरवून उभी राहीली.

तो तिच्या जवळ गेला. अन् म्हणाला "सॉरी ना, किती रुसतेस."

"तू मला किती चिडवतोयस! ते चालतं होय? "

"खरंच सॉरी ना, बोल. तुझी चावी ना.. शोधुया चल, माझा फ्लॅट पंधराव्या मजल्यावर आहे. चल जाऊया."

ऋषू त्याचे ते गोड हसू पांघरून तिला पाहत होता.

रूहीला वाटत होते आता मी काय करू ह्याचं! तिने एक भुवई उंच करून त्याच्याकडे पाहिले. आणि म्हणाली,
"ऋषू s s कार इकडे आहे ना रे??"

"अगं हो गं...पण कार ची चावी घरी आहे ना!.... झालं असं मी निघालोय क्लायंट मिटसाठी, आणि टॅक्सी बुक केली आहे.. दमलोय ट्र्व्हल करुन, सो म्हंटलं टॅक्सीने जाऊ, तर आत्ता कारची चावी नाही आहे सोबत माझ्या. चल आपण चावी घेऊन येऊ."

"ओह इट्स ओके तू जा आणि आण मी थांबते इकडेच. "

" इट वील चार्ज ₹५००"

" व्हॉट..."

रूही पुन्हा चिडली.

" हाsss 'मृगजळ ' मध्ये आउटसाइड पार्किंगला ₹५०० चार्ज करतात.

आता रूहीचा राग सगळा नाहीसा झाला. ती स्वतःशीच हसली.

तिचं ते गोड हसू पाहून ऋषू फ्लॅट.... उफ्फss..

" फायनली हसलं बुआ कुणी तरी.. चल लिफ्ट इकडे आहे."
लिफ्टमध्ये रूही फ्लोर मोजत होती आणि ऋषू तिला न्याहाळत होता. तिचा साधेपणा, तिचे रागवणे, तिचे हक्काने बोलणे, जणू काही खूप जूनी ओळख आहे त्यांची! खरंच मावशी जे काय सांगते ते सगळं खरं आहे. किती सुंदर, सोज्वळ आहे ही.

रूही विचार करत होती.. 'केव्हा ह्याचा मजला येणार, केव्हा मला चावी मिळणार, केव्हा मी घरी जाणार, केव्हा जेवण बनवणार...श्या सगळं लेट होत आहे.'

तिची चलबिचल सुरू असल्याचे ऋषूला जाणवले.

पुन्हा त्याची ती स्माईल.

"काय इतका विचार सुरु आहे मॅडम, १५ मजले केव्हा पार होतील असेच ना??"

"हो ... म्हणजे असेच काहीसे, ते जाऊन जेवण बनवायचं आहे, उद्या पुन्हा ऑफिस."

"ह्ममम, जाशील वेळेत डोन्ट वरी. "

१५ वा मजला आला. लिफ्टचा दरवाजा उघडताच ऋषू बाहेर आला अन् रूही त्याच्यामागे येऊन उभी राहिली.

जसा तो चालू लागला,ती त्याच्या मागे चालू लागली.

तो त्याच्या फ्लॅटजवळ गेला आणि खिशात हात घालून म्हणाला..
"ओ नो!!"

रूही त्याच्या शेजारी आली अन् म्हणाली "ऋषू , काय झालं?"

उफ्फ ते तिचं ऋषू बोलणं... तो एका क्षणासाठी तिला पाहतच राहिला! कधी कधी आपलं नाव किती छान आहे हे कळण्यासाठी त्या नावाला एखाद्या स्पेशल व्यक्तीच्या मुखातून यावं लागतं. थोड्यावेळापूर्वीचा किस्सा त्याला आठवला, 'कशी भांडत होती वॉचमन सोबत.. ऋषी ऋषी करुन.. हरकत नाही असं पण नाव असायला .'

"ऋषू ..... ऋषू.. " रूही त्याला हात लावून हाक मारत होती. " काय झालंय? का ओ नो म्हणालास?"

ऋषूने केविलवाणे तोंड करत म्हटलं "अगं गडबड झाली, घराची चावी ह्या खिशात नाही आहे. "

ती रडवेली होत म्हणाली "अरे देवा! आता रे काय करायचं ऋषू? श्या काय संध्याकाळ चाललीय, नुसती गडबड नुसता गोंधळ!" तिचा चेहरा रडवेला झाला. भुकेने एकतर कासावीस झालेली. काहीच सुचेना तिला.

तिचे बदलणारे हावभाव पाहून ऋषू एकटाच त्याची किलर स्माईल देत होता. तिच्या डोळ्यातून अश्रू येणार तोच त्याने तिच्यासमोर त्याचे हसू पसरवले. ह्या परिस्तिथी मध्येही तो हसतोय ह्याचे तिला आश्चर्य वाटलं.

"ऋषू स्वतःला काय शाहरुख समजतोस का!? कधीतरी सीरियस हो! कुठे जाऊ आता मी?"

"माझ्या घरी!!" तो शांतपणे उत्तरला.

"वेडा आहेस का? तुझ्या फ्लॅटची चावी आत आहे, कारची चावी आत आहे, इन शॉर्ट माझ्या घराची चावी पण आतच आहे, आणि आपण दोन मॅड लोकं इकडे उभे आहोत."

"मी केव्हा म्हणालो की चावी घरात आहे!"

"म्हणजे? "

" मी म्हणालो चावी ह्या खिशात नाही."

त्याने दुसऱ्या खिशात हात घातला अन् चावी काढली।

"चावी इकडे आहे, काय तू रूही ऐक तरी पूर्ण, आधीच तर्क काढतेस!"

रूहीच्या जीवात जीव आला!

जेव्हा तो दरवाजा उघडत होता तेव्हा तिचे लक्ष नेम प्लेटकडे गेले. इंग्रजीतून लिहिले होते 'SHALIM' (शालिम).

कुतूहल म्हणून तिने त्याला विचारले "हे shalim काय आहे?"

त्यावर त्याने दार उघडुन एक सुंदर स्माईल केले अन् म्हंटले,

" थँक्स टु आमचे मातोश्री आणि पिताश्री!"

रूही गोंधळून म्हणाली,

"म्हणजे रे? नाही समजले मी."

"अगं माझे आई-पप्पा लवबर्ड्स आहेत! फ्लॅटला दोघांच्या नावाचं कॉम्बिनेशन नाव दिलंय, आणि त्यांना सांजवेळ खूप आवडते, तर कुठल्याशा भाषेत 'shalim' म्हणजे संध्याकाळची देवता. तर असं काहीसं आहे ते . सोssss मॅडम वेल्कम टू माय लिटल विल्ला SHALIM."

रूही घरात येताच त्याचे ते निटनेटके घर पाहतच राहते. किती सुंदर मांडले आहे सारं. सुरेख रंगसंगती. म्हणजे कथा-कादंबऱ्यांमध्ये वर्णन केलेलं असतं ना,अगदी तस्संच!. सुरेख असे रंगीत पडदे, भिंतीची सजावट वेगवेगळ्या फ्रेमने केलेली, सुंदर आकर्षक दिवे. बैठकीची जागा खास सजवलेली. तिला वाटलं व्ही. एम. ची कोणती तरी कादंबरीच उघडुन ती वाचत आहे, आणि एका छोट्याशा घराचे ते वर्णन साक्षात तिच्यासमोर अवतरले..

घर चौफेर पाहत असताना तिचे लक्ष एका भिंती कडे गेलं.

पूर्ण नक्षीदार भिंत.

मोरपिशी अन् गुलाबी रंगानी सुरेख नक्षीकाम केलेलं. त्यावर एक सोनेरी त्रिशूळ होते.

त्या भिंतीसमोर एक ग्रामोफोन ठेवलेला. आजच्या जगात कोण वापरते ग्रामोफोन! रूहीला फार आश्चर्य वाटलं.

वेगळंच समिकरण होतं ते. रंगीत भिंत, त्रिशुळ अन् ग्रामोफोन. काही तरी नक्की होतं त्या भिंतीमध्ये विशेष!

" तो पुस्तकातील राजा आणि तू विचारांची राणी आहेस का?" ऋषू तिला म्हणाला.

त्यावर रूही त्याच्याकडे पाहत राहिली.

तिने प्रश्नार्थक भाव आणत त्याला विचारले "कोण राजा.. कोण राणी"?

ऋषू इकडे-तिकडे काहीतरी शोधत तिला म्हणाला "अगं.. भेटल्यापासून पाहतोय, कसल्या न कसल्या विचारात हरवतेस."

"मग? "

"मग तुझा तो व्ही. एम. राजा अन् तू राणी."

"तुझं आपलं उगीच काही तरीच." ती भिंतीवरून नजर हटवत म्हणाली.

तिचं लक्ष त्याच्याकडे गेलं. तो काहीतरी शोधत आहे हे तिच्या लक्षात आलं .

त्याची ती शोधाशोध पाहून ती म्हणाली "ऋषू , काही हवंय का?"

अगं हो "मोबाईल मिळे ना झालाय पहा. मगाशी खाली जाताना घेतला होता का तेही आठवेना."

"ओह असे आहे का, थांब मी पण शोधते जरा.'

रूही एक प्रयत्न करायचा म्हणून शोधू लागली. ऋषू बेडरूममध्ये शोधायला गेला. अचानक तो बाहेर आला अन् म्हणाला "तू मला मिस्ड कॉल का देत नाहीस, असं शोधण्यापेक्षा ते बरं पडेल."

"ओह हा, असच करूया.. सांग नंबर. "

रूहीने नंबर डायल केला आणि त्याचा मोबाईल वाजू लागला.

"ऋषू अरे रिंग होतेय.. पहा कुठं आहे , आतून येत आहे कदाचित आवाज."

ऋषू आत गेला अन् स्माईल करत बाहेर आला.

"का रे हसतोय?"

"अगं, ज्या मीटिंगसाठी इतका तयार होऊन निघालेलो, तिच कॅन्सल झाली, मी मोबाईल न घेताच गेलो ना खाली... आत्ता मेसेज पाहिला मी क्लायंचा. "

"ओह, मग आता टॅक्सी??" रूहिने विचारले.

" त्याचं काय??" न समजून त्याने विचारले.

" अरे बुक केलीयस ना तू, मग कॅन्सल नको का करायला?"

"ओ वाव... स्मार्ट गर्ल. "

ऋषू ने लगेच टॅक्सी कॅन्सल केली. आणि रूहीला म्हणाला "बसा मॅडम, काय घेणार."

"चावी!" क्षणाचाही विलंब न करता ती म्हणाली.

ऋषू तिच्याकडे पाहू लागला आणि म्हणाला, "किती पॉइंट टू पॉइंट वागावं लोकांनी!? जरा टाईम स्पेंट केला आमच्यासोबत तर काय प्रोब्लेम आहे मॅडम."

"नाही असं नाही..ते.."

"ओह हा तुला ते पुस्तक वाचायचे असेल ना, मी सांगू का स्टोरी, तुला बरं पडेल, मग वाचायचे कष्ट नको...😊"

"मला ना जळण्याचा वास येतोय, पहा जरा कुठे आग लागलीय का?? पहावं तेव्हा नुसता त्याच्यावर राग तुझा! तू कधी वाचलय का त्याचं एखाद तरी पुस्तक? खरंच वाच एकदा. त्याचा प्रत्येक शब्दन् शब्द जणू जिवंत वाक्य तयार करतं, असं वाटतं त्याच्या शब्दांसोबत त्याच्या जगात वहावत जावं. एक-एक वर्णन असं असतं! असं वाटतं की सगळी आकृती खरंच आहे

आपल्यासमोर, प्रत्येक कलाकार आपल्या समोर ते आयुष्य जगत असतो. खरंच सांगते मला भेटला ना तो कधी....तर..."

रूही मान खाली घालून लाजली

"तर काय रूही??" ऋषू तिला चिडवत म्हणाला...

"काही नाही, तू उगीच तर्क नको काढू"

ऋषूला खरंच तिचं खूप नवल वाटलं. किती विचार करते ही त्याचा!

तो कारची चावी घेत म्हणाला चल तुझ्या घराची चावी बघुया.

"ऋषू ..मोबाईल आणि तुझ्या घराची चावी पण घे"

"येस मॅडम!"

एकमेकांना पाहून स्माईल करून दोघेही निघतात.

खाली येऊन त्याने कार अनलॉक केली. मागच्या सीटकडे खरंच तिची चावी पडली होती. त्याने ती चावी उचलली अन् स्माईली कीचेन पाहून जरा मिश्किल हसला. मनात म्हणाला 'किती गोड आहे ही.... कीचेन.'

तिला त्याने चावी देताच ती खुश झाली. "उफ्फ फायनली मिळाली. चल निघते मी."
" अगं थांब, सोडतो मी तुला. बस कार मध्ये"

"काहीही काय ऋषू , इकडेच तर आहे फाइव्ह बिल्डिंग्स अवे."

"बरं, चल मग."

"कुठे??"

"चालत चालत जाऊ."

"अरे पण कशाला, तू थकला आहेस म्हणालास ना."

"हो, तोच दूर करतोय, नीघुया का आता??"

ती मनातून खुश होती, तो तिला चिडवत होता सारखा पण का कोणास ठाऊक, त्याचे वागणे तिला आवडत होते. अन् तो स्वतःहून तिला कंपनी देतोय तर तिच्या मनात फुलपाखरे बागडू लागली होती.

दोघे तिच्या बिल्डिंगच्या दिशेने चालू लागले. दोघेही शांत. त्यानेच मग बोलणे सुरू केले. "तू मगाशी त्या कवितांच्या कार्यक्रमाला कशी??"

"अरे ते ऑफिसमध्ये सर्क्यूलर ..एक मिनिट तुला कसं कळलं, मी गेले होते ते."

"हात पहा माझा किती सुजलाय ते! कुणीतरी किती जोरात आदळलं...आई गं अजून दुखतोय."

त्याचे हावभाव पाहून रूही हसू लागली...

"म्हणजे तू पण होतास तिकडे.. तो तू होतास जो मला आदळला."

"होय, तो मीच होतो आणि आहे, तिकडे आपटल्यापासून मी तुझी हाय हाय झेलतोय."

"काहीही काय रे, मी काही म्हणाले तरी का?"

"हो ना.. मग कोण मगापासून माझ्या नावाने मनात शंख फोडत आहे, व्ही. एम नाही भेटला म्हणून."

रूहीने हलकेच स्वतःची जीभ चावली अन् त्याच्याकडे वळून म्हणाली "हो म्हणजे, मला खरंच भेटायचंय रे त्याला, जाणून घ्यायचं आहे, कसा असेल तो, कसा बोलत असेल, किती वर्ष वाट पाहते त्याची. आज होता चान्स पण...."

"पण मी आलो. हो ना?"

ती मान खाली घालून गुप-चुप चालत होती.

" एक बोलू तुला?" त्याने तिची परवानगी घेतली.

" ह्मम बोल ना." ओढणीचा चाळा करत ती म्हणाली.

" खूप छान आहेस तू, आवडलीस मला."

रूहीने त्याच्याकडे आश्चर्याने पाहिले... काय बोलतोय अचानक हा.

"चल बाय!" ऋषू अचानक म्हणाला.

तिने चमकून त्याच्याकडे पाहिलं.

त्याने त्याची ती किलर स्माईल आणली अन् म्हणाला,

"तुझा रंगमंच आला."

तिने बाजूला पाहिले.. तिची बिल्डिंग होती. खरंच जादू आहे ह्याच्यामध्ये. वेळ कशी निघून जाते कळतच नाही ह्याच्यासोबत.

भेटशील पुन्हा..

आत्ता भेटला आहे अन् असे वाटते किती जूनी ती ओळख आहे आमची!

"थँक्यू इथपर्यंत सोडायला आलास तू, बाय!"

ती पुढे चालू लागली, गेटमध्ये शिरताना तिने मागे वळून पाहिले, तो तिकडेच उभा होता... हाताची घडी घालून, तिला एकटक पाहत . तिने हात हलवून त्याला बाय केले,
त्याने ही हाताची घडी सोडवली अन् तिला बाय केले.

तो वळून पुन्हा मृगजळा च्या दिशेने चालू लागला.

काहीतरी हरवले होते.

दोन ही बाजूला.

रंगमंच आणि मृगजळ मधून.

आज पापण्या दोन्ही कडे मिटत नव्हत्या. नकळत एकमेकांचे विचार दोन्हीकडे फिरत होते. दोघांनाही वाटत होते, आणखी थोडा वेळ हवा होता सोबत.

रूहीने अलार्म सेट करायला मोबाईल हातात घेतला अन् तेव्हढ्यात मेसेज ची टोन वाजली.
एक मेसेज आला होता..
982.........:"hi "

ती क्षणभर विचार करू लागली, अननोन नंबर..

तिने मेसेज इग्नोर केला. लाईट ऑफ केली अन् डोळे मिटण्याचा प्रयत्न केला. पण झोप येईना. पुन्हा मेसेज आला.
982.........:"मी ऋषू।"

तिने लगेच मेसेज ला रिप्लाय केला

ru @....: *"ओह hi.. अननोन नंबर दिसला म्हणून रिप्लाय नाही केला मी."*

982.........: *"हमम्म मला वाटलच म्हणून पुन्हा केला मेसेज. आता कर सेव्ह नंबर. म्हणजे अनोळखी नाही राहणार मी."*

ru @....: *"होय नक्कीच. केला जस्ट सेव्ह."*

rushu: *"इट वॉज नाईस मीटिंग यु."*

ru@...: *" थँक्यू सेम हियर."*

rushu: *"येस ऑन सेक ऑफ मीटिंग युअर फेवरेट."*

ru@: *"काय यार तू, चिडवत असतोस सारखा."*

rushu: *"गंमत केली... सॉरी बाबा."*

.

.

.

.

उफ्फ रूही गेली कामातून... त्याचे ते सॉरी बोलणे भेटल्या क्षणापासून तिला आकर्षित करत होते. काकूंच्या घरी त्याने तिचा हात पकडला तो क्षण तिला आठवला. अन् एक सुखद शहारा तिच्या अंगावर आला. खरंच जादू आहे हा मुलगा. भेटला आहे तेव्हापासून एक वेगळीच ऊर्जा जाणवते.

rushu: *आहेस का.. की झोपलीस?*

ru @: *आहे.*

rushu: ओह.. पुन्हा राजा के खयालो में🙂

रूही स्वतःशीच बोलू लागली, खयालो में तरआहे मी, पण कोणत्या राजाच्या हे कसं सांगू🙈.

rushu: यू देअर?

ru@: हा आहे, बोल ना.

rushu: काही नाही, काळजी घे, गुड नाईट.

ru @: येस, तू पण. गुड नाईट.

स्क्रीनवरचे संभाषण संपले, पण मनात तर सुरूच होते.

फायनली दिवस संपला. पहिलीच भेट एका व्यक्तीची दुसऱ्या व्यक्तीसोबत. अनोळखी. केवळ नाव ओळख. पण गेल्या ४-५ तासात असं वाटत होतं की दोघे एकमेकांना आधीपासूनच खूप छान ओळखत होते.

कधी कधी काही ऋणानुबंध असे निर्माण होतात जे तयार व्हायला काही कारणाची गरज नसते. केवळ एक ओढ जी असते एकमेकाबद्दल तीच सगळी समीकरणे आपोआप अलगद सोडवते. ही ओढ असते, ती म्हणजे आपला सुखद कोपरा. जो आपल्याला खूप काही भासवून देतो त्या व्यक्तीविषयी. तुम्ही किती वेळ सोबत घालवला त्या पेक्षा तो कसा सोबत घालवला हीच बाब आकार देत असते त्या ओढीला.

मेसेज मधला संवाद संपला पण आज दोघांची मनं एकमेकांशी बोलत होती.. कोणाच्याही नकळत.

नेहमीसारखीच सकाळ होती, पण गालावर गुलाब खुलले होते. ऋषू सोबत झालेला संवाद आठवून तिला फ्रेश वाटत होतं.

‘चला मॅडम हा ऋषू तुला रोज नाही भेटणार. त्याच्या मनात विचारही येत नसेल आपला. सो झटका हा विचार आणि लागा कामाला.’

संध्याकाळी ऋषू ड्राईव्ह करत मृगजळच्या दिशेने निघाला. क्लायंटचा कॉल आला म्हणून रस्त्याच्या बाजूला कार पार्क करुन मोबाईलवर बोलू लागला. बोलता-बोलता त्याचं लक्ष रस्ता ओलांडून जाणाऱ्या मुलीकडे गेलं. ‘यार ही तर रूही.’ तो कॉलवर बोलत बाहेर आला. त्याचे बोलणे झाल्यावर तो रूही ज्या दिशेनी गेली तिथे पाहत होता.

तो पुन्हा कार मध्ये बसायला निघाला. त्याने कारचा दरवाजा उघडला आणि पुन्हा बंद केला. एक क्षण त्याने विचार केला आणि तो रस्ता ओलांडून पलीकडे आला.

पलीकडे एक छोटंसं गेट होतं. त्या गेटवर नाव होतं.... 'मिट यू विथ यू' (*Meet you with you*). गेटमधून आत आल्यावर त्याने पाहिलं छान मेन्टेन केलेलं एक लॉन होतं. उजवीकडे लाल-पिवळ्या रंगाच्या फुलांचा गालिचा अंथरल्यासारखी फुलं फुलली होती. डावीकडे बसण्यासाठी छोटे-छोटे ठोकळे होते.

आत गर्दी नव्हती. पण एखाद-दुसरे कपल्स होते. लॉनमध्ये नाजूक फुलपाखरे भिरभिरत होती. पक्ष्यांचा चिवचिवाट. मन शांत होईल असं वातावरण.

‘काय सुरेख जागा आहे ही. आपल्या कधी लक्षातच नाही आले.’ ऋषू स्वतःला म्हणाला.

त्याला उत्सुकता वाटू लागली की आत अजून कशी असेल ही जागा. तो हळु-हळु पुढे चालत गेला. आणि समोरचं दृश्य पाहून तो खूप सुखावला. एक छोटासा ओढा... जणू एक नदीच अवतरली असावी तिकडे. अन् त्या नदीला तिथे राहणे शक्य नव्हते म्हणून एक छोटासा ओढा तिने ह्या जागी देऊ केला असावा.. खळखळ वाहणारे ते पाणी, त्या पक्ष्यांची किलबिल..ती उडणारी फुलपाखरे. ऋषू खूप भारावून गेला. इतकी सुंदर जागा अन् मी कधीच विचार नाही केला की इकडे येऊन पहावं.

ओढ्याच्या पलीकडे त्याने पाहिलं.. रूही.

ती एकटीच तिथं बसली होती. आकाशी रंगाचा लखनवी कुर्ता अन् सफेद पायजमा .वाहणाऱ्या पाण्यात पाय मोकळे ठेऊन ती निवांत बसली होती.

ऋषूला वाटत होते तिला पाहतच रहावे. 'कशी स्वप्नांच्या दुनियेत मग्न असते ही. किती छान आहे ही. का वाटतं सतत हिला पाहत रहावे, का वाटत होते ही आजही भेटावी. किती सोज्वळ आहे. निरागस...
खरंच खूप आवडते यार ही मला. हिला पाहिलं की मनातल्या सगळ्या इच्छा पूर्ण झाल्या असे वाटतं.'

तो विचारात इतका मग्न झाला की चालत चालत तो तिच्या शेजारी जाऊन कधीउभा राहिला, त्याचं त्यालाच कळलं नाही!

शेजारी कुणी आलंय ह्याची चाहूल लागताच रूहीने मान वर करून पाहिलं अन् स्वतःवर रागवत म्हणाली.....

"रूही प्लीज.. दिवसभर झालंय ते खूप होतं. आता तो चष्मा काढ अन् पहा हा निसर्ग जो तुझी साथ देतो नेहमी.इथे कुणी नाही आहे." रूही स्वतःशीच बोलत होती.

"कोण नाहीय म्हणालीस??." ऋषूने कपाळावर आठ्या आणत विचारले.

" उफ्फ हा तर स्वप्नात पण मला प्रश्न विचारतो. नो नो नो...येस तो बरोबर म्हणाला..मी विचारांची राणी." ती पुन्हा पुन्हा स्वतःला समजावत होती.

"कोण?" ऋषूने तिच्या शेजारी बसत विचारले. अन् तिच्याकडे पाहत राहिला. ते झुमके,ती गालावर येणारी तिची ती बट, ते मोकळे ठेवलेले केस. तिची ती गोरी कांती. तो लखनवी कुर्ता. स्वतःशीच तो हसला अन् म्हणाला... "विचारांची राणी..."

"आयला, हे पण ऐकू येते मला..नो नो!" तिने कानावर हात ठेवले अन् डोळे घट्ट बंद केले.

ऋषूने हाताची घडी घातली, अन् काहीही न बोलता समोर पाहू लागला.

तिने कानावरचा हात काढला हळूच एक डोळा उघडला. तर खरंच शेजारी ऋषू होता.

" ह्मम्म बोलणारेस का काही तू..की नुसती नो नो च करणार आहेस?" ऋषू तिच्याकडे न पाहता विचारत होता.

"तू आहेस??" तिने गोंधळून विचारले.

"नाही, व्ही. एम आहे, हाहाहा.. तू ना रूही खरंच विचारांची राणी आहेस."

'... अन् तू माझ्या स्वप्नातला राजा!', ती मनातल्या मनात म्हणाली.

भेटशील पुन्हा..

"इकडे काय करतेस?"

" मी येते बरेच वेळा इकडे, छान वाटतं "

" खरंय, पण मला माहित नव्हती ही जागा, आज पहिल्यांदा आलो. "

" तू कसा काय आलास पण इकडे?"

आता ऋषू ची गोची झाली, हिला कसे सांगू हिला पाहून आलोय.

"काही म्हणालास का तू??"

" ते हे आपलं क्लाएंट, तोच भेटणार होता, पण नाही आला."

तिला हसू आवरेना , हसतच तिने विचारले " तुझे क्लायंट नेहमीच असं करतात का?? येतो बोलुन फसवतात तुला "

"वेरी फनी, चल मी निघतो."

" अरे थांब, बस इकडेच, पण आधी उभा रहा. "

" हे काय आता, उभा का.."

" ते शूज काढ."

ऋषू तिच्याकडे भुवई उंचवून पाहू लागला.

"तू लूक नको देऊस, सांगितलं ते कर"

तिने हक्काने बोलावे अन् त्याने निमूटपणे ऐकावे. आणि खरंच त्याने ऐकले.

त्याने शूज बाजूला ठेवले अन् मांडी घालून बसला.

"ऋषू , पाय मोकळे सोड पाण्यात."

" चल काहीतरी सांगू नकोस, आणि मी तुझं ऐकणार नाही."

" बरं नको ऐकुस." असं बोलून रूहीने मान खाली घातली.

काय आहे हीच्यात, का ऐकतोय मी हीचं, काल तर भेटली, वेडेपणा सारा.

त्याने हलकेच पाय पाण्यात सोडले.

ओह.... द फिलिंग....थंड पाणी. वाहणारे पाणी. त्या पाण्याचा तो मुलायम स्पर्श. तो खळखळाट. स्वर्गसुख काय असतं ते हेच का...!?

"काय राव... कसं वाटतय??"

ऋषूने स्माईल केली. अन् होकारार्थी मान हलवत म्हणाला, "येस, मस्त.. मॅजिक आहे, ही फिलिंग." आणि मनात म्हणाला.. 'त्यात तुझी साथ.'

दोघे तिकडे बराच वेळ बसून राहिले. शांतपणे,ना कोणते प्रश्न,ना कोणते डिस्कशन.. दोघेच, निसर्गाच्या सानिध्यात.
*
*
*
अशी असावी ना ड्रीम डेट. नो कॅंडल्स, नो म्यूजिक, नो मेकअप, नो शो ऑफ. ओन्ली टू लव्हली पीपल अँड द नेचर, जस्ट टू फिल द लव्ह.

भेटशील पुन्हा..

रूही खूप खुश होती. व्ही. एम च्या पुस्तकातील हिरो तिच्या शेजारी आहे असं तिला वाटत होतं. 'किती मन जपतोय हा. खरं तर जाऊ शकत होता. पण तो थांबला. खरंच थँक्यू बोलावंसं वाटतय. बोलू का..? नाही नको.. काय वाटेल त्याला!'

"कसला विचार सुरू आहे मॅडम."

" ए ऋषू, तुझं नाव काय आहे?"

ऋषू तिच्या कडे न पाहतच उत्तरला " का गं, आवडलं नाही का ऋषू नाव?"

"असं नाही रे."

"मग हेच पूरे आहे की."

" हो." पुढे काही न विचारता पुन्हा ते दोघे वाहणाऱ्या पाण्याला पाहू लागले.

"चल ऋषू निघुया का? अंधार होईल आता."

" बस ना रूही, छान वाटतय इकडे."

"हो, पण.."

" पण व्ही.एम ना."

ती लाजली अन् म्हणाली "हो, बघ नवीन बुक आणलय त्याचे, कधी वाचते असं झालंय."

त्याने त्याची ती किलर स्माईल दिली आणि रूही पुन्हा आपले मन सांभाळण्याचा निष्फळ प्रयत्न करत होती.

दोघे निघाले.
आज निसर्गही खुश होता. त्या दोघांना सोबत पाहून. कदाचित एक नवी गोष्ट सुरु होण्याच्या मार्गावर होती.

एक गुंफण नात्याची,
हळुवार सुरू झालेल्या प्रवासाची,

एक गुंफण मैत्रीची,
तू मला मी तुला समजण्याची,

एक गुंफण अबोल अशी,
ना तू मला ना मी तुला व्यक्त झाल्याची.

सहा महिने झाले ओळख होऊन. कधी रस्ता ओलांडताना, कधी काकूंच्या घरी, कधी 'मिट यू विथ यू' च्या ओढ्यावर. दोघे भेटत होते.

एकदा रूही काकूंना पैसे द्यायला त्यांच्या घरी गेली. बाहेर ऋषूची कार होती. आज भेट होणार त्याची म्हणून ती खूप खुश होती. दरवाजा उघडाच होता. म्हणून बेल न वाजवता ती आत आली.

घरातून तिला बोलण्याचे आवाज येत होते. ऋषू जवळ-जवळ चिडून काकुंसोबत बोलत होता.

"मावशी तुला म्हणालो ना हा विषय पुन्हा काढू नकोस, माझ्या मनात रूही विषयी असं काही नाही. प्लिज मला ह्यात अडकवू नकोस!"

"अरे ऋष्या, निदान शालू आणि भाईंचा विचार कर. तुझ्या नकाराने काय वाटत असेल त्यांना."

"हे बघ मी आई-बाबांना समजवलंय, मी लग्न करणार नाही. मग ती कोणीही असो. आणि रूहीचं म्हणशील तर आमचं असं कधी बोलणंच झालं नाही. तू म्हणालीस म्हणून भेटलो तिला. बाकी माझा काही मानस नव्हता. अमेरिकेला जातोय मी. ह्या व्यापात मला अडकवू नका."

*

*

*

*

रूहीच्या पायाखालची जमीन सरकली. ती ह्या विचारात होती की ऋषूही तिच्यात गुंतला आहे. पण हा सगळा तिचा भ्रम होता. गेली सहा महिने फक्त स्वप्न.

ती आल्या पावली परत घरी आली.

त्याच्या मेसेज आणि कॉलची वाट पाहिली. मी करुन पाहू का कॉल असाही विचार केला. पण त्याचे आपल्यावर प्रेम नाही हे समजल्यावर त्याला अप्रोच करणे किती मूर्खपणा आहे हे ही तिला कळत होते.

ना त्याने काही कॉन्टॅक्ट केला ना हिने.

ती एक आठवड्यानंतर काकूंना पैसे द्यायला गेली.

"अरे ये बेटा रूही. कशियेस बाळा. बस शिरा करू का?"

" नाही काकू, पैसे घ्या. मी निघते."

" काय ग काय झालं, चेहरा का पडलाय?"

" नाही काही नाही, मी ठीक आहे."

" काकू ऋषू.. भेटला नाही बरेच दिवस झाले." थोडं कचरतच तिने काकूना विचारले.

"अगं तो ना अमेरिकेला गेलाय, केव्हा येणार काही पत्ता नाही. कालच शालुचा म्हणजे त्याच्या आईचा फोन आलेला
बोलत होती नंबर पण दिला नाही म्हणे तिथला."

" इतकं काय झालंय, असा अचानक??"

"काही माहीत नाही बुआ." काकू तिच्या नजरेला नजर न भिडवता म्हणल्या.

" असो निघते मी काकू."

रूही तिथून निघाली. आज तिच्या हृदयाची सारी दारे तिने बंद केली. ज्याच्यावर तिने प्रेम केलं, त्याला तिच्याविषयी प्रेमच नव्हतं!

ऋषू अमेरिकेला निघून गेला. त्याने तिला कळवलंदेखील नाही! ती रोज त्याच्या मेसेजची, कॉलची वाट पाहत होती.

पण त्याचा काहीच निरोप नाही!

*
*
*
*

आज दोन वर्ष झाली. त्याच्यासोबत घालवलेले ते छोटे-छोटे क्षण, त्या आठवणी होत्या. आता फक्त तिची वाचनाची आवड आणि ती.

मनोमन त्या व्ही.एम ला ती थँक्यू बोलायची. त्याच्या उत्तम साहित्यासाठी! त्याच्या लिखाणाने तिला आयुष्य सुखकर वाटे.

भेटशील पुन्हा..

तिचं प्रेम तिने न मिळवताच गमावलं होतं.

ह्या दोन वर्षात त्याच्या आठवणीने जीव तिचा कासावीस होई. पण मनातले भाव ती कोणाजवळ बोलून दाखवणार? आणि काय बोलणार?

रूहीच्या बाबांनी रूहीकरिता विरेनचे स्थळ आणले. मुंबईतला म्हणून भेटवून दिले. सगळ्यांच्या नकळत तिने त्याच्याकडे वेळ मागितला, त्यानेही मोठ्या मनाने तिला वेळ दिला. पण त्याने घरी सांगितले की त्यालाच वेळ हवाय.

विरेन समजूतदार मुलगा होता. त्याने जरी लग्नासाठी रूहीचा विचार केला होता तरी केवळ निखळ मैत्री ह्याच नात्याने तिच्यासोबत बोलणं चालू ठेवलं. सहा-सात महिने झाले त्यांची ओळख होऊन. वरचेवर तो तिला कॉल करत असे.

असेच एके रात्री रंगमंच खाली टॅक्सी थांबली. विरेन टॅक्सी मधून बाहेर आला अन् रूहीला कॉल केला.

" हॅलो!" रूहिने कॉल रीसीव्ह करत म्हटले.

"हाय!"

" हाय विरेन बोल."

" जरा खाली येते का, मला भेटायचंय तुला काही महत्वाचं सांगायचंय°"

" खाली, बरं येते."

खुर्चीवर अंथरलेली शॉल आणि घराची चावी तिने हातात घेतली.. घाई गडबडीत चावी खाली पडली आणि तिला अचानक तो क्षण आठवला जेव्हा तिची चावी ऋषूच्या कारमध्ये पडली होती.

तिने विचारांना पूर्णविराम दिला अन् खाली आली .

"हाय विरेन!"

विरेन टॅक्सी बाहेर उभा होता. टॅक्सीच्या टपावर एक मोठी बॅग, त्याच्या एका हातात जर्किन, दुसऱ्या हातात येलो रोसेस. अन् चेहऱ्यावर स्माईल.

"हे रूही, गुड टू सी यू!" असे बोलत त्याने तिच्या आवडत्या रंगाची फुलं तिच्या हातात दिली.

"सेम हीयर अँड थँक्यू फॉर थिस.." फुलांकडे पाहत ती म्हणाली.

" अॅक्चुअल्ली मी थोडे दिवस बाहेर जातोय. तर अगदीच प्रेशराईज केलं घरून तर काळजी नको करूस. आय विल हॅण्डल इट."

तिने नजर झुकवत होकारार्थी मान हलवली. तिला विचारायचं होतं कुठं चाललायस पण तिला प्रश्न विचारणे योग्य नाही वाटले.

"हो ठीक आहे, काळजी घे." तिने एक फॉर्मल वाक्य त्याच्यासमोर म्हटले.

घड्याळाकडे पाहत विरेनने तिला म्हटलं,
" फ्लाइटची वेळ होत आहे मी निघतो." त्याने तिच्याकडे एकवार पाहिलं,कदाचित ह्या अपेक्षेने की ती त्याच्याजवळ येईल पण ती एका जागीच उभी होती .. हरवल्यासारखी. विरेनने खिशात हात घातला आणि स्माईल करत तिला बाय केलं आणि तो तिथून निघून गेला.

भेटशील पुन्हा..

ती हातात येलो रोजेस घेऊन वर आली. रूममध्ये जायला वळली आणि मन बदलून टेरेसवर जायला निघाली.

हलकी थंडी पडली होती म्हणून खाली येताना आणलेली शाल अंगावर ओढली. फुलांचा गुच्छ घेऊन ती टेरेस वर पोचली.

शांत रात्र. टिमटिमणारे तारे. दूर कुठेतरी हलके-हलके गाड्यांचे हॉर्न. टेरेसचे ते डिम लाइट्स.

ती एका भिंतीला टेकून बसून राहिली. हातात असलेल्या येलो रोजेसवर तिने हात फिरवला. अन् पुन्हा दोन वर्ष मागे गेली.

ऋषूची आज तिला प्रकर्षाने आठवण येत होती. असं म्हणतात की जेव्हा दोन लोकं प्रेम करतात अन् एकाला दुसऱ्याचा विरह असह्य होत असेल तर दुसऱ्याचीही तीच स्थिती असते. त्याने एका क्षणासाठी जरी प्रेम केलं असेल तर नक्कीच त्याचाही जीव तिकडे ह्या क्षणी तुटत असेल.

तिचे डोळे पाणावले अन् त्याच्या आठवणींचे ओघळ तिच्या डोळ्यांवाटे आसवे बनून गालावरून सरकून उतरले. एक प्रीत तिची अबोल राहिलेली. कधी व्यक्तही होता आलं नाही. मनात सगळं असं साठवून ठेवलं सारं. कधीतरी तो येईल ह्या आशेवर.

*

*

एकदा असाच तो तिला सोडायला आला होता. त्या दिवशी तिने येलो फूल स्लीव्जचा शिफॉनचा पंजाबी सूट घातलेला. दुसऱ्यादिवशी सुट्टी होती म्हणून निवांत वेळ होता. तिने त्याला घरी येण्यास इन्व्हाइट केलं. आधी त्याने नाही म्हटलं. पण मग तो म्हणाला ,

" तुझ्या टेरेसवरून व्ह्यू पाहूया? "

" शुअर, चल जाऊया." ती म्हणाली.

ती अशीच शांत रात्र होती. अन् प्रेमात असलेले पण अव्यक्त झालेले ते दोघे. कधी तरी तो व्यक्त होईल ह्या आशेवर ती. अन् मला हिची सोबत आवडते ह्या विचारात तो!

" ब्यूटीफूल !! " तो म्हणाला.

" येस खरंच छान आहे, ना कसले आवाज ना डिस्टर्बंस. " दूर दूर कःळणाऱ्या गद्य पाहत ती म्हणाली.

" तुझ्याविषयी म्हणतोय मी." ऋषू म्हणाला.

ती लाजली.

" रूही...."

तिने त्याच्याकडे पाहिले..

" येलो सुट्स यू."

"थँक्यू!! "
तिच्या मनात फुलपाखरं उडू लागली. आजतरी तो व्यक्त होईल ह्याच प्रतीक्षेत ती होती.

तो हाताची घडी घालून टेरेसच्या भिंतीला टेकून उभा होता. अन् ते सुंदर चांदणं पाहत होता.

रात्र खरंच खूप सुंदर असते. सगळे विचार शांत करण्याचे मार्ग दाखवते. दिवसभर झालेली चलबिचल, विचारांची रेलचेल, कसलेसे वाद, कसले प्रॉब्लेम्स, घडलेले किस्से, सगळ्या-सगळ्याचे हिशोब मांडते. पण अशांत मन ती शांत करते.

भेटशील पुन्हा..

दोघेही तेव्हा शांत होते.

"बोल ना काहीतरी." ऋषू म्हणाला.

"काय?" वाऱ्यावर भुरभुरणारे त्याचे केस पाहत तिने विचारले.

"तुझ्या व्ही.एम चीच कविता म्हण की."

" आवडेल तुला?"

"तुझ्या तोंडून ऐकायला नक्कीच आवडेल."

त्या टीमटीमणाऱ्या चांदण्यांना पाहत ती बोलू लागली.
*
*
*
*
*

"संथ गतीने वाहणारी एक नदी होते मी,
अनअपेक्षित खाच-खळगे झेलले किती,

छोटे छोटे वळण घेत एक प्रवास सुरू केला,
वाट पाहत होते सुंदर वळणाची अशा,

वळण ते माझे तुच झालास,
हातात हात घेण्यास तुही आलास,

सांग कधी तू माझा होशील का?
ह्या वळणाला नाव तुझे देशील का?"
*
*

ऋषूने हाताची घडी सैल केली. तो थोडा अस्वस्थ झाला. अन् म्हणाला...

"निघुया?"
*
*
आज त्याच्या विरहात प्रत्येक क्षण तिला नकोसा होत होता. काय होतंय आज इतक्या वर्षांनी की जीव तुटत होता.

डोळ्यातले अश्रू पुसून पुन्हा ती रूम कडे निघाली.
*
*
*
*
विरेन भेटून गेला त्या दिवसाला आज जवळ-जवळ एक आठवडा झाला होता.

आणि आजच लायब्ररी मध्ये पुस्तक घेताना ऋषू दिसला. दोन वर्षांनी त्याला पाहत होती ती. पण त्याच्या जाण्याने तिने हृदयाची दारे इतक्या जोरात बंद केली होती की त्या क्षणी तिला तिकडे थांबणं शक्य झालं नाही. आणि ना ही तिच्याच्याने काही बोलले गेले .

लायब्ररीतून घरी येऊन तिची जी घालमेल होत होती ते तिचे तिलाच कळत होते. ते दुःख, तो राग ,तो त्रागा, त्या भावना सगळं कसं तिला अस्वस्थ करत होतं. ती स्वतःला समजावू लागली....

" हे पहा रूही,

तो तुला सांगुन गेला होता का?

त्याने कधी म्हटलेलं की त्याचं तुझ्यावर प्रेम आहे?

आज आलाय इतक्या वर्षांनी,

ज्याचं नाव गाव पत्ता काहीच माहीत नाही, अशा माणसावर प्रेम केलंस.

मूर्खपणा सारा.

एकदम चूप एकदम चूप. "

विचारांचा कोलाहाल तिला स्वस्थ बसू देईना. एकाच वेळेस रूहीच्या वेगवेगळया छटा तिला खूप काही सांगत होत्या. सगळ्यांचं एकच सांगणं होतं.. विसर त्याला विसर त्याला कायमचं.

विचारांच्या गर्दीत आपली विचारांची राणी पुन्हा हरवली.

तेवढ्यात दरवाजावर बेल वाजली.

तिने घड्याळात पाहिले रात्रीचे साडेनऊ वाजलेले. ह्या वेळेस कोण.

दरवाजा उघडताच तिच्या चेहऱ्यावर स्मित उमटले.

"तू?? केव्हा आलास विरेन? येss आत ये."

विरेन काहीच न बोलता तसाच उभा राहिला.

रूही आतल्या दिशेला वळली. तेवढ्यात तिला आवाज आला..

"रूही!!"

ती क्षणभर थांबली. हा आवाज.. विरेनचा नाही.

ती पटकन मागे वळली.
आणि पाहते तर काय, विरेनच्यामागून ऋषू पुढे आला.

ती तशीच स्तब्ध उभी राहीली. संध्याकाळपासून एकवटलेलं तिचं सगळंअवसान त्या एका हाकेत गळून पडलं.

अश्रुंच्या धारा तिच्या डोळ्यातून वाहू लागल्या. ती कोलमडली, विखुरली, शेजारी असलेल्या खुर्चीला पकडुन ती खाली जमिनीवर बसली.

तिची ती अवस्था पाहून ऋषू पुढे आला. पण सोबत विरेन आहे हे ध्यानात घेत तो पुन्हा मागे सरकला.

विरेनने डोळ्यांनीच होकारार्थी इशारा करून त्याला तिच्या जवळ जाण्यास सांगितले.

ऋषू तिच्याजवळ आला. त्याने तिचा हात हातात घेतला. तिने तितक्याच आवेगाने तो झटकला.

"रूही प्लीज...मला एक चान्स दे, एकदा फक्त बोलू दे, मग तू जी शिक्षा देशील ती मी आनंदाने स्वीकारेन."

" आता काय बघायला आला आहेस, मी जीवंत आहे का?? अरे हो sss.. आपल्यात कुठं कमिटमेंट होती. तू मला... ना मी तुला म्हणालेलो.की थांबुया एकमेकांसाठी. मी तुला ब्लेम करणं इज सो सो चाईल्डिश.."

रूहीने दोन वर्षांत जे अश्रू आतल्या आत साठवून ठेवलेले ते आता बाहेर येत होते.

विरेन आत आला. त्याने रूहीला पाणी आणून दिलं. ऋषूने तिला आधार देऊन खुर्चीत बसवले. आणि तिचा हात तसाच हातात ठेवला.

विरेन सांगू लागला.

"रूही गेल्या आठवड्यात मी ऑफिशियल व्हीजीटसाठी यू. एस ला गेलो होतो. हा माझा कॉलेजचा मित्र. पण ऋषू ह्या नावाने कधीच ओळख नव्हती आमची. आम्ही त्याला मोमेंटम बोलायचो.. ज्याचे पुढे झाले मोमो. कारण सगळ्या कामात त्याची गती असायची. इंजिनीअरिंग करताना सतत हा अक्टिव मुलांमध्ये फर्स्ट असायचा. त्याचा ऑरा काही वेगळाच होता.

अशातच त्याची ओळख दिक्षासोबत झाली. दिक्षा एक सामान्य दिसणारी मुलगी. पण तिच्यात पोसिटीविटी भरभरून होती. एखाद्याला मोटिवेट करणं हे तिला खूप सहजरित्या जमत असे.

तिच्या ह्याच गुणावर मोमो फिदा होता.

लास्ट विक मला हा यू. एस ला भेटला. मी त्याला दिक्षाबद्दल विचारलं. तेव्हा तो मला म्हणाला, पाच वर्षांपूर्वी दिक्षाची अक्सिडेन्टल डेथ झाली. अन् त्याची सगळी स्वप्न विखुरली. दोघांनी खूप स्वप्न पाहिलेली सोबत. आणि ह्याचे आम्ही कॉलेज फ्रेंड्स साक्षीदार होतो.

मी त्याला मुव्ह ऑन केले का विचारले असता त्याने सांगितले की मावशीने एक मुलगी त्याला सुचवली होती. त्याला ही ती आवडली होती..पण दिक्षामध्ये अडकलेलं त्याचं मन पूर्णतः त्याला कोणाचं होऊ देईना. ती मुलगी दुसरी तिसरी कोणी नसुन तूच होतीस रूही.

त्याला वाटलं तो तुझी फसवणूक करतोय म्हणून त्याने इकडून जाण्याचा निर्णय घेतला. तो ही एका रात्रीत. ऑफिसमधून सहा महीने त्याला यू. एस जाण्यास सांगत होते. पण तुझ्यासोबत त्याला रिलॅक्स वाटायचं म्हणून तो ती ऑफर नाकारत राहिला.

मला तो जेव्हा हे सगळं सांगत होता तेव्हा मला जाणवत होतं त्याच्या आयुष्याची शिल्पकार आता तूच होऊ शकतेस. पण

त्याला ह्याची पुसटशीही कल्पना नव्हती की तू त्याच्या विरहात स्वतःला इतका त्रास करुन घेतला आहेस.

मी त्याला सांगितलं रूही नावाच्या मुलीसोबत माझ्या लग्नाची बोलणी सुरू आहे. ती रंगमंच मध्ये राहते. पण ती ऋषू नावाच्या मुलात गुंतली आहे आणि तिने माझ्याकडे वेळ मागितला आहे. आणि तो मी तिला दिला ही आहे.

तेव्हा त्याने सांगितलं घरी त्याला ऋषू बोलतात. आणि मावशीने सुचवलेली मुलगी रंगमंचमधली रूहीच आहे.
तो आज इतक्या वर्षांनी केवळ तुझ्यासाठी परत आलाय रूही. प्लीज माफ कर त्याला. "

रूही शांतपणे सगळे ऐकत होती.

विरेन हे सगळं सांगेपर्यंत ऋषूने तिचा हात हातात घेऊन ठेवला होता.

रूहीने ऋषू कडे पाहिले.

ऋषूने दोन्ही हाताने तिचा हात पकडला अन् म्हणाला “प्लीज एकदाच, एकदाच चल मृगजळ ला. मला काही दाखवायचे आहे तुला.”

रूहीने विरेनकडे पाहिले. विरेन ने थंब्स अप केला. ती आत जाऊन तयार झाली.

ती बाहेर येताच ऋषू तिला पाहतच राहिला. तोच येलो ड्रेस जेव्हा त्यांची शेवटची भेट झालेली दोन वर्षापूर्वी.

तिने घराची चावी हातात घेतली. अन् काहीही न बोलता निघाली. विरेनने त्यांचा निरोप घेतला अन् तो निघून गेला. दोघे जण मृगजळला आले.

भेटशील पुन्हा..

लिफ्ट ने १५फ्लोअर येईपर्यंत तिला त्यांची पहिली भेट आठवत होती.
त्याच्या फ्लॅट बाहेर उभी राहून तिने पुन्हा 'शालीम ' कडे पाहिले. दरवाजा उघडून दोघे आत आले.

तिची नजर पुन्हा त्या नक्षीदार भिंतिकडे गेली.

"रूही, आपली पहिली भेट आठवते."

"होय, काकूंच्या घरी."

" नाही, कवी संमेलन.'

" हा, मी तुझ्यावर आदळलेले. "

"येस, तेव्हा मावशीचा कॉल आलेला, मी रूहीला बोलावलं आहे तू आत्ताच्या आत्ता निघून ये, ती माझं काही ऐकायला तयार नव्हती. मी ऑर्गनायझरला सांगायला निघालेलो अन् तू माझ्यावर आदळलीस. मावशीने ऑलरेडी तुझा फोटो मला पाठवला होता. सो तुला ओळखणे सहज झालं.

मी जेव्हा मावशीकडे तुला भेटलो, तेव्हा पुस्तकात हरवलेली तू मला खूप आवडलीस.

आपली ती भेट प्लॅन केलेली होती.

पण तुझी चावी हरवणं मात्र योगायोग होता. तू चावी शोधत मला गाठलस. पण मग मला ही एक मोह झाला. तुला जाणून घेण्याचा. मी मोबाईल शोधत असताना मला तो सापडला होता बेडरूममध्ये, पण तुझा नंबर हवा होता म्हणून मी तुला रिंग करायला सांगितली."

हे ऐकताना रूही चमकून त्याच्या कडे पाहू लागली. अन् हलकेच हसली .

" क्लाएंटने मीटिंग नव्हती कॅन्सल केली, मीच त्यांना मेसेज केला अन् मीट पोस्पोन केली. तुझ्यासोबत वेळ घालवता यावा म्हणून."

पण त्या रात्री, तू कविता म्हणालीस...

"संथ गतीने वाहणारी एक नदी होते मी,
अनअपेक्षित खाच खळगे झेलले किती,

छोटे छोटे वळण घेत एक प्रवास सुरू केला,
वाट पाहत होते सुंदर वळणाची अशा,

वळण ते माझे तुच झालास
हातात हात घेण्यास तुही आलास

सांग कधी तू माझा होशील का?
ह्या वळणाला नाव तुझे देशील का?"

"ही दिक्षाची आवडती कविता होती. तुझ्या तोंडुन तिच कविता ऐकून मी पुन्हा तिकडेच पोहोचलो. अन् म्हणून मी तुझ्यापासून दूर जायचा निर्णय घेतला."

रूहीला जणू कित्येक प्रश्नांची उत्तरे सापडत होती.

"मोमेंटम, हे काय नाव झालंय, गती होती कामात म्हणून असं नाव??"

ऋषू हसला.

"जसं 'शालीम ' तसं ते, माझ्या आई बाबांच्या नावाच्या फर्स्ट लेटर वरून मित्रांनी हे नाव ठेवले. इंजिनियरिंग इफेक्ट.

मोमेंटं=मास x वेलोसिटी म्हणजेच MV.

MV =मयंक चं 'M' आणि वृषाली चं 'V'."

"ओह माय गॉड. "
*
*
"पण मग तुझं नाव काय आहे." रूहीने विचारले.

त्याने पुन्हा त्याची ती कीलर स्माईल दिली. अन् चालत चालत त्या मोरपिशी अन् गुलाबी रंगाच्या सुरेख भिंतीपाशी गेला.

समोर ठेवलेल्या ग्रामोफोनवर त्याने हात ठेवला.

रूही त्याच्याकडे आश्चर्याने पाहत होती. त्याने तो ग्रामोफोन उजव्या बाजुला वळवला. आणि त्यावर असलेले सोनेरी त्रिशूळ तिरपे झाले. ती मोरपिशी अन् गुलाबी रंगाची भिंत उघडली.

रूहीला एकदम आश्चर्य वाटलं. हे काय आहे सगळं.

त्याने तिला जवळ बोलावलं. अन् सोबत येण्यास सांगितले.
तिने पाहिलं आत एक रूम होती. तिकडे खूप बक्षिसं होती. आणि खूप पुस्तकं.

भिंतीवर सर्टिफिकेटसारखे काही दिसत होते दुरुन.

" हे सगळं काय आहे ऋषू, इतके अवार्ड्स, सर्टिफिकेट्स , अन् तेही अशा गुप्त खोलीत!? "

त्याने पुस्तकांच्या रॅक मधून एक पुस्तक काढलं, अन् रूहीच्या हातात दिलं. रूहीने पुस्तक पाहिलं. व्ही. एम चे पुस्तक.

ती त्याच्या कडे गोंधळून पाहू लागली. ह्याला व्ही. एम ची चीड होती, मग का ह्याने त्याचं कलेक्शन करून ठेवलय.

" रूही,

माझ्या आईचे नाव ' वृषाली' तिला माहेरी शालू म्हणतात. म्हणून घराचं नाव वृषाली मधलं 'शाली ' बाबांचं नाव 'मयंक ' आणि त्यातला 'म ' आला ' शालीम ' मध्ये.

आता तू सांग इतकं रोमँटिक कपल. जर घराचं नाव असं ठेवू शकतात मग त्यांच्या एकुलत्या एक मुलाचं नाव कसं ठेवणार?"

रूहीचे डोके आऊट व्हायची वेळ आली होती. तो तिला कोड्यांवर कोडी टाकत होता.

ती त्याच्याकडे काहीच न कळल्यामुळे नुसती पाहत होती.

तो तिच्या जवळ आला.

" रूही.....माझं नाव

' **वृषांक मयंक दीक्षित** .'

अर्थात

' **व्ही. एम. दीक्षित** .'

रूही दोन पावले मागे सरकली.

तिच्या डोळ्यातून आनंदाश्रू वाहू लागले. ज्याला भेटायला आपण इतके आतूर होतो तो दुसरा तिसरा कुणी नसून स्वतः ऋषू आहे!

"ऋषू ss"

" होय, मीच .....दिक्षा आणि मी ठरवलं होतं की एक ग्रँड सेलिब्रेशन ठेवायचं आणि तेव्हा माझं नावं दिस्क्लोज करायचं, पण त्या प्रोग्रामला येताना तिची डेथ झाली. अन् मी लिहिणं बंद केलं. माझ्या सगळ्या ट्रॉफीज, सर्टिफिकेट बुक्स मी ह्या भिंती आड बंद केल्या.

तू भेटलीस अन् पुन्हा जगण्याची उमेद मिळाली. पण भूतकाळात जे गमावलं ते मला स्वस्थ बसू देईना.

पण आज मी भूतकाळातून पुन्हा पुढे निघायची इच्छा बाळगून तुझ्याकडे काही मागतोय."

रूही त्याच्याकडे अश्रू भरल्या नजरेने पाहत होती.

तो गुडघ्यावर बसला अन् तिला म्हणाला

"मिस रूही सबनीस वुड यू बी मिसेस. व्ही. एम. दीक्षित?"

तिने भरलेल्या डोळ्यांनी त्याला होकार देत त्याच्या हातात स्वतःचा हात दिला.

आज व्ही. एम. च्या लायब्ररीमध्ये अश्रूंचा आनंदी सोहळा सजला होता.

अचानक टाळ्यांचा आवाज आला. दोघांनी दरवाजाबाहेर पाहिलं.

ऋषूचे आई वडील, वृंदा मावशी, विशाखा मावशी म्हणजेच काकू, विरेन, रूहीचे आई वडील सगळे टाळ्या वाजवत होते.

ऋषूची आई जवळ आली अन् रूहीला म्हणाली " थँक्यू बेटा, तुझ्यामुळे हा परत आला."

रूहीने आई-बाबांना पाहिले अन् म्हणाली, "आई, बाबा, तुम्ही इथे?? "

तिचे बाबा म्हणाले " ऑल क्रेडिट गोज टू विरेन ."

रूहीने विरेनकडे पाहिले अन् ओठ हलवून थँक्यू म्हटलं.

विरेनने त्याच्या नेहमीच्या अंदाजात तिला थंब्ज अप केलं.

रूही अन् ऋषूने एकमेकांकडे पाहीलं अन् मोठ्यांचा आशीर्वाद घ्यायला पुढे आले.

आज पुस्तकातील राजा आणि विचारांची राणी एक झाले.
*
*
*
प्रेम व्हायला नावाचे, काळाचे, वयाचे ,जाती , धर्माचे कसले कसलेच बंधन नसते. बस ते व्हायचे तेव्हा होऊन जाते.

दिक्षा गेल्याने त्याचे आयुष्य थांबलं नाही. त्याला जगणं भाग होतं. रूहीच्या येण्याने त्याच्या जगण्याला मात्र नवी उमेद आली.

ह्याच उमेदीने दोघे आता पुढे चालू लागले आहेत.

समाप्त

३. अनोळखी नाते

" अरे थांबव, ओ हॅलोsss थांबवा ना.. प्लीज .. रिझर्व्हेशन केलेले मी. "
ती जीवाच्या आकांताने ओरडत त्या भरधाव धावणाऱ्या बसमागे पळत होती. पण आता त्या ओसाड रस्त्यावर तिचा आवाज ऐकणारं कोणीच नव्हते.

रस्त्याच्या मधोमध ती जवळ-जवळ खालीच बसली, आपल्या नशिबाला बोल लावत. ती स्वतःशीच पुटपुटू लागली,

' ट्रान्स्फर दिलीय ती पण घरापासून इतक्या दूर!

ट्रॅव्हल करणं म्हणजे मोठा प्रश्नच आहे इकडे. एका बस स्टॉपसाठी नशिबाने रिक्षा मिळाली..ती पण पंक्चर झाली. इतकं अंतर चालत आले. चालून पण पोहचले असते वेळेत जर त्या इडियटने रिक्षा पंक्चर होण्याआधी रिक्षा समोर कार आडवी घातली नसती.. श्या..आता काळं कुत्रं पण नाही इकडे. यार! नको ते कुत्रं पण..! भीती वाटते मला प्राण्यांची. आला मोठा कुत्री-मांजरी वाचवणारा! मोठा भूतदया दाखवणारा! त्याच्या त्या एका कृतीने माझी बस गेली यार... आता कशी जाऊ मी घरी!? इतक्या महिन्यांनी सुट्टी मिळाली होती. आआआ ह ह हssss.. काय करू मी आता.'

तिचं असं पुटपुटून झालं आणि मग तिला जाणीव झाली, आपण रस्त्यात मध्यभागी बसून आहोत. ही आपली ड्रॉइंग रूम नसून रस्ता आहे. आणि तोही निर्जन! ती उठली.

दोन्ही बाजूला डोंगर आणि त्यावर खूप सारी झाडं. सगळीकडे सामसूम असलं तरी तिथलं दृश्य विलोभनिय होतं. हिवाळा

सुरू होता. त्यामुळे हिरवळ जरा कमी झालेली, पण एकांत मात्र भरभरून होता ह्या ठिकाणी.

'अशा शांत ठिकाणी फार्म हाऊस वगैरे असायला हवं होतं. मस्त पेंटिंग्ज काढायचे.. शांत सुमधुर संगीत ऐकायचं... अन् शेजारी वाफाळणारी कॉफी!!! आणि अर्थातच हे सगळं आयतं असावं!! अहाहा!! या दृश्याच्या नुसत्या विचारांनीच तिला एवढं छान वाटलं! नाही तर आता रूमवर!,.. स्वतःच बनवा आणि स्वतःच चरा... मजा नहीं बॉस इसमे..' ती पुन्हा स्वतःच्याच विचारात मग्न झाली.

थोड्या वेळाने तिनी बॅग उचलली आणि थोड्या अंतरावर बांधलेल्या बस थांब्यावर तिची नजर गेली.. होता तर बस थांबा पण बसण्यासाठी लाकडी ठोकळे ठेवले होते तेही दोनच! तसंही अशा सुनसान जागी कितीशी लोकं येत असतील म्हणा बस पकडायला. तिने एका ठोकळ्यावर बॅग ठेवली, पर्स क्रॉस करून तिने खांद्यावर सरकवली. दुसऱ्या ठोकळ्यावर ती स्वतः बसली.
' नशीब बसायला तरी काही मिळालं. आता जायला काहीतरी सोय होईपर्यंत इथेच थांबवं लागेल.'

तिने पर्स उघडली आणि त्यात ठेवलेले वेफरचे पॅकेट उघडले. तितक्यात मागून तिला आवाज आला...

"म्याव... म्याव."

ती वेफर तोंडात टाकणार होती पण थांबली. हळूच तिने मागे वळून पाहिले. एक मांजर तिच्याकडे पाहत बसलं होतं. राखाडी रंगाचं ते मांजर तिला वाघापेक्षाही भयानक वाटलं. ती ऑलमोस्ट किंचाळलीच!. तिकडून मागे सरकत ती पाठमोरी रस्त्याच्या दिशेने चालू लागली. भेदरलेल्या नजरेने ती ते मांजर पाहत होती. ते मांजर आता हळू हळू तिच्या दिशेने चालू लागले, तशी ती

आणखी मागे मागे चालू लागली... ते मांजर आता दोन पावले मागे गेलं आणि तिच्या कडे अजून रोखून पहायला लागलं. ती आणखी मागे सरकली , आता ती जवळ जवळ रस्त्याच्या मधोमध आली त्याच ठिकाणी आता ती उभी होती जिकडे ती मगाशी बसली होती. तेवढ्यात मांजराने झेप घेतली. ती जोरात ओरडली आणि चेहऱ्यावर दोन्ही हात ठेवत ती मागे वळली, तिच्या हातातलं वेफरचं पॅकेट खाली पडलं आणि तिला जाणीव झाली तिच्या पुढ्यात कुणीतरी उभं होतं.

सगळी शांतता होती. ना आता ' म्याओ म्याओ' चा आवाज होता ना तिच्या ओरडण्याचा आवाज. तिने हळूच डोळे उघडले. चेहऱ्यावर ठेवलेला हात तिने सैल केला. डोळ्यांच्या समोर असलेली बोटे तिने रुंदावली. दोन बोटांच्या फटीतून तिने पाहण्याचा प्रयत्न केला. ग्रीन कलरचे शर्ट तिला दिसले. तिने हळू हळू मान वर केली, बाह्यांच्यासमोर बॅगचे काळे बेल्ट दिसत होते. समोर उभा असलेला तो तसाच स्तब्ध उभा होता. तिला थोडी जाणीव झाली की आपण त्या अनोळखी माणसाच्या अगदी जवळच उभे आहोत. तिने चेहऱ्यावरचा हाथ काढत मागे सरकायचा प्रयत्न केला. पण मनात पुन्हा त्या मांजरीचा विचार आला.तिने हळूच मागे वळून पाहिले.

" गेली ती." अचानक तो म्हणाला.

" अं..? हं.. गेली." थोडं रिलॅक्स होत ती म्हणाली.

ती आता त्याच्यापासून थोडी दूर झाली. मगाशी बसलेल्या ठोकळ्यावर ती जाऊन बसली. पण सतत ती मागे वळून पाहत होती. तो ही बस स्टॉप मध्ये येऊन उभा राहिला. त्याने मागे वळून तिच्या बॅग कडे पाहिले. बॅगकडे पाहण्याच्या त्याच्या नजरेने ती समजून गेली त्याला तिथे बसायचे आहे. तिने लगबगीने बॅग उचलली आणि स्वतःच्या मांडीवर ठेवली. तो येऊन त्या लाकडी ठोकळ्यावर बसला.

तो काहीतरी विचार करत होता, त्याने शर्टच्या डाव्या खिशातून मोबाईल बाहेर काढून कॉल करायचा प्रयत्न केला त्याच्या हावभावांवरून समजत होते की त्याला रेंज सापडत नव्हती. त्याने दोन-तीन पावलं इकडे-तिकडे चालून पाहिले पण दोन डोंगरांच्यामध्ये अडकल्यामुळे त्यांना रेंज नव्हती मिळत. तो वळून पुन्हा बस स्टॉपकडे आला. चालत येताना त्याचं तिच्याकडे लक्ष गेलं. ती मोबाईलचं ब्लूटूथ कानाला लावून काहीतरी ऐकत होती. डाव्या हाताने तिने डोळ्यांसमोर आलेले केस मागे केले.

त्याची नजर तिच्या हातावर गेली.

'हे ब्रेसलेट..मी मगाशी पाहिलं होते. पण कुठे???? ' तो त्याच्या डोक्यावर ताण देत होता.

' व्हेअर, व्हेअर..' बोटांच्या टिचक्या वाजवत तो स्वतःलाच विचारात होता. अन् एकदम त्याला आठवले.

' येस ही मगासचीच मुलगी त्या रिक्षामधली!.'

तो तिच्या समोर येऊन उभा राहिला.
त्याला असं समोर उभे पाहून तिने त्याच्याकडे प्रश्नार्थक नजरेने पाहिले आणि मानेने इशारा करत विचारलं

"व्हॉट?"

त्यानेही इशाऱ्याने कानातला ब्लूटूथ काढायला सांगितला. तिने ब्लूटूथ काढत विचारलं,

"येस?"

" मगाशी त्या रिक्षावाल्याला काय म्हणालीस?"

"कोण? मी?"

" हो...तूच."

" ए हॅलो.. मी कुठं काय म्हणाले.. आणि तुम्हाला मी कुठे दिसले?"

" मगाशी त्या चौकात, जिथे ते प्राणी पळत होते एकमेकांच्या मागे."

" ओह ते होय, मी तर त्याला म्हणालेले, ‘घेऊन चला त्यांच्या मधून रिक्षा. उशीर होतोय......"

ती हे बोलून थांबली, " एक मिनिट तुम्हाला कसे हे ठाऊक?"

" मी ती कार आडवी नसती घातली तर ऑलमोस्ट तू त्यांना मारणारच होतीस म्हणजे!"

" मी मारणार वगैरे नव्हते. ट्रेन्ड रिक्षावाला होता. काढली असती की बाजूने."

ती बोलता बोलता थांबली.

" म्हणजे तो कारवाला तुम्ही आहात!? ओह नो.. आय मिस्ड माय बस बिकॉज ऑफ यू."
" माझ्यामुळे काही झाले नाही. ती रिक्षा पंक्चर झाली तिकडे. म्हणून तू लेट झालीस."

" व्हॉटएवर, द थिंग इज आय मिस्ड माय बस.."

" येईल दुसरी, त्यात काय?"

" इतकं सोपे नाही, खूप आयसोलेटेड एरिया आहे हा."

तो काहीही न बोलता त्या ठोकळ्यावर बसून राहिला.

तिच्या काही लक्षात आलं, तिने त्याला विचारलं,

" बाय द वे.. तुझी कार कुठे आहे मगाशी होती ती?"

" ती माझी नव्हती. मित्राची होती .मागच्या टर्नवर तो घेऊन गेला आणि मला इकडे बस मिळेल असं सांगितलं."

" ओह..!"

बराच वेळ दोघे तिथेच बसून होते. साधा ट्रक पण त्या रोडवरून गेला नाही. आता उन्हं उतरत आली होती. रस्त्याला कोणतंच वाहन नाही.. मोबाईलला रेंज नाही.. सोबत असलेले पाणी आणि स्नॅक्स पुरवून- पुरवून वापरावं लागणार हे तिला कळलं होतं.

" आपण पुढे चालत निघूया का. कदाचित काही सापडेल पुढे." त्याने तिला विचारलं.

ती जरा विचार करून म्हणाली,

" हरकत नाही. जाऊया आपण."

त्याने तिच्याकडे न बघताच चालायला सुरुवात केली. रस्ता डोंगराळ ठिकाणात होता, हिवाळा सुरू होता, उन्हं उतरून सगळीकडे केशरी छटा पसरल्या होत्या. हवेत गारवा वाढला होता. ती चालता चालता थांबली आणि तिने रस्त्यात बॅग खाली ठेवली. तो अजून पुढेच चालत होता. तिने बॅगची चेन उघडली. चेनचा आवाज आला म्हणून त्याने मागे वळून पाहिलं.

तो थांबला. " एनी प्रॉब्लेम? " त्याने स्वतःची बॅग एका खांद्यावरून पाठीमागे अडकवत विचारले.

भेटशील पुन्हा..

" अं.. थंडी लागते सो शॉल ओढते. " तिने बॅग मध्ये शॉल शोधत सांगितले.

तो दोन मिनिट तिच्याकरिता थांबला. तिचं सेट झालंय असा अंदाज घेऊन तो पुन्हा पुढे चालू लागला. ते बरचसं अंतर चालून पुढे आले. इतका वेळ सोबत चालून देखील दोघे काहीच बोलत नव्हते. हवेत गारठा आता आणखी वाढू लागला. तसा तिचा चालण्याचा वेग मंदावला. त्याला तिच्यातला बदल जाणवला.

त्याने तिला विचारलं,

" इज ऑल वेल? "तेव्हा ती त्याच्याकडे केविलवाणं पाहत होती.

तिला कशी मदत करावी ह्याचा तो विचार करू लागला. इकडे-तिकडे पाहत असताना त्याला थोड्या दूर एक मैलाचा दगड दिसला. तो तिच्या जवळ आला. त्याने स्वतःचा हात तिच्या पुढे केला, तिने हळूच त्याच्याकडे पाहिलं आणि आपला हात त्याच्या हातात दिला. तो तिला त्या मैलाच्या दगडापर्यंत घेऊन गेला.

" बस इकडे."तो तिला म्हणाला.

ती पण बॅग खाली ठेवत त्या दगडावर बसली.

तो तिच्या शेजारी उभा राहिला आणि म्हणाला,

" वेगळच आहे इथं सारं, कमाल वाटते मला एक ही वाहन जात नाही इकडून. असं कसं शक्य आहे. रस्त्याला कोणीच नाही. एखादे गाव तरी असावे ना जवळपास. "

तो जरा काळजीने बोलत होता. तिला थंडी सहन होत नव्हती. तिने तिकडे शांत बसत फक्त मानेने होकार दिला.

तिने तिची बॅग मांडीवर ठेवली अन् त्यावर डोकं टेकवून डोळे

मिटून झोपली. तो अजूनही इकडे-तिकडे पाहत होता. थोड्यावेळाने त्याने तिच्या कडे पाहिले. आता त्याची नजर तिच्यावर स्थिरावली. अंगावर ओढलेली शॉल, डोळ्यावर येणारे केस, छान गोंडस चेहरा..! गोड दिसत होती. चालून दमल्यामुळे डोळे मिटून ती शांत बसली होती.
' किती निरागस आहे ही! मगाशी मांजरीला पाहून अशी घाबरत होती जशी काय वाघच बघत आहे.'

तो स्वतःशीच हसला. बराच वेळ झाला आता इथे थांबून. असा विचार करत तिला बोलवण्यासाठी तिच्या जवळ गेला.

' अरे पण हिचं नाव काय!? हिला कसं उठवू?'

त्याने तिच्या जवळ जात म्हंटले,

" ऐकतेस का, बरं वाटतंय का तुला आता ?"

तिला गाढ झोप लागली होती. तिने काहीच उत्तर नाही दिले. त्याला जरा संकोच वाटला पण त्याने तिच्या दंडाला हात लावत तिला उठवलं. त्याचा स्पर्श होताच तिने दचकून डोळे उघडले. त्याला आपल्या जवळ पाहून ती पटकन उठली.

हीचा काही गैरसमज नको व्हायला म्हणून त्याने लगबगीने म्हंटले,

" सॉरी, तुझं नाव नव्हतं माहीत म्हणून मी हात लावून उठवलं. एक-दोनदा हाकही मारली मी पण तुला झोप लागलेली."

तिने त्याच्याकडे पाहिले आणि म्हंटले,

" डोन्ट बी सॉरी, इट्स ओके."

तिने शॉल नीट केली बॅग पाठीवर टाकली आणि त्याच्या पुढे हात करत म्हणाली ,

" हॅलो, मी रिद्धिमा!"

त्याने तिच्या कडे हसून पाहत हात पुढे करत म्हंटले,

" मी सुहृद !"

दोघे आता चालू लागले. अजून किती चालायचे आहे ठाऊक नव्हते. पण एक अनोळखी का असेना पण सोबत होती कोणाची तरी ह्या विचाराने कदाचित ते दोघे चालत होते.

" तू इथे कशी, एकटीच ते ही?" त्याने चालता-चालता तिला विचारलं.

" जॉब ट्रान्स्फर, एखाद दोन महिने. नंतर पुन्हा मुंबई."

" ओह, मी तर प्रथमच आलो. मगाशी जी कार होती, त्या मित्राचा इकडे मागच्या गावात एक फॅक्टरी सेटअप करायचा प्लॅन आहे. तर मला बोलवलेलं त्याने प्लॅनिंग करायला."

तिने आश्चर्याने विचारले,

" तुला बोलवून असं वाटेत सोडून गेला!? असा कसा मित्र आहे बरं हा..!?"

" हा हा हा..नाही गं मीच म्हणालो त्याला काही असेल पर्याय जायचा तर सांग. उगीच कुठे त्याची कार घेऊन इतक्या लांब जायचं मग पुन्हा तो पायपीट करत येणार तिकडे आणि घेऊन येणार परत कार. त्यात ह्या विक मध्ये त्यांच्या घरी फंक्शन आहे.मग कशाला उगीच...आणि तसं ही बरच झालं की मी पायी आलो. "

तिने चालता चालता आपली शॉल सावरत त्याच्या कडे पाहिले. डोळे जरा मिचकावत तिने त्याला विचारले,
"इतकं चालून आलायस...अजूनही चालतोयस त्यात बरं झालंही म्हणतोयस. कमाल आहेस बाबा तू!"
" हो ते तर मी आहेच. "

" बाय द वे.. बरं झालं असं का म्हणालास?"

" गेट्टींग टू नो अ न्यू पर्सन लाईक यू! "

" ओह.. "

" सो टेल मी समथींग अबाऊट यू रिद्धिमा..."

ती जरा शांत झाली. सोबत चालत असला तरी तो अनोळखी होता. एकदम असं बोलणं म्हणजे थोडं ऑकवर्ड वाटलं तिला.

तिने एक स्माईल केलं पण काही बोलली नाही.

त्याला कदाचित तिची बाजू कळली असावी. तो स्वतःच बोलू लागला,

" मी प्रोफेशनने आर्किटेक्ट आहे. "

ती शांतपणे चालत होती. तो असेच वरचेवर स्वतःविषयी जुजबी माहिती देत होता. पण आता निसर्गाचा पारा फारच खाली उतरू लागला. आणि तिची शॉल ही आता थंड पडू लागली.

तो तिच्या मंदावल्या गती सोबत हळू-हळू पावलं टाकत होता. ती अचानक बोलू लागली,
" सुहृद.. चालवेना रे.."

तिने त्याला हाक मारून सांगताच तो थांबला. तो जरा तिच्या जवळ आला आणि त्याने विचारलं,

" फार थंडी लागतेय का गं?"

तिने होकारार्थी मान हलवली. तो इकडे-तिकडे पाहू लागला. ह्या अंधाऱ्या रस्त्यात आजूबाजूला काही दिसत नव्हतं.. अजून किती चालावं लागणार ह्याचा अंदाज बांधता येत नव्हता. ती आपलीच जवाबदारी आहे असे समजून तो काळजीने तिला पाहत होता. त्याने स्वतःची बॅग उघडली अन् त्यातून त्याचे स्वेट शर्ट काढलं.

"रिद्धिमा हे घाल.."

तिचे ओठ थरथरत होते, थरथरत्या ओठांनी ती त्याला म्हणाली,

" अरे नको, शॉल आहे ना, करेन मॅनेज."

तो तिच्याकडे एक टक पाहत म्हणाला,

" मला माहित आहे मॅम तुम्ही स्ट्राँग आहात, पण घ्या हे. नाहीतर मांजरीला बोलवावं लागेल मला."

ती मांजरीचे नाव ऐकून थोडी रागावली त्याच्यावर.

" काय रे असं बोलतोस."

असं म्हणुन तिने त्याचं शर्ट घेतलं. त्याने तिची बॅग स्वतःच्या पाठीवर टाकली. स्वतःची बॅग पुढून छातीकडे अडकवली. तिला शर्ट घालू दिलं आणि मग शॉल तिच्या अंगावर दिली.

तिला त्याचे काळजी घेणं कुठेतरी आवडलं. ती हलकेच त्याला थँक्यु म्हणाली. " दे सुहृद बॅग मला." ती स्वतःची बॅग मागत म्हणाली.

" असू देत, करेन मीही मॅनेज."

तिचेच वाक्य त्याच्या तोंडून ऐकून तिला हसू आले.

थोडं पुढे आल्यावर त्याला जाणवले की इकडे एक छोटा डोंगर आहे आणि थोडा उजेडही दिसतोय. तो थांबला,

" काय रे, थांबलास का? " ती अजूनही कुडकुडत होती.

" बघ तिकडे थोडा उजेड दिसतोय, जाऊया का तिकडे?" आता तिचा त्याच्यावर विश्वास बसला होता. तीही निश्चिंत झाली होती. आणि थंडीही थोडी असहय्य झाली होती तिला.

" हो चल."

ते दोघे उजेडाच्या दिशेने चालू लागले. त्यांच्या नजरेस एक झोपडी वजा घर दिसलं. इतक्या थंडीत एक आशेचा किरण दिसला होता. दोघांच्याही चेहऱ्यावर सुखद असे भाव आले.

झोपडीला झापांचे दार होते. त्या दाराच्या फटीतून मिणमिणता उजेड येत होता. बहुदा कोणी टमरेल लावले होतं. सुहृदने तिचा हात पकडला आणि स्वतःच्यामागे तिला उभं केलं. त्याने हळूच दार उघडलं. आत एक आजोबा चूल फुंकत बसले होते. दार उघडल्यावर थंड हवा आत आली तसं आजोबांनी मागे वळून पाहिलं.

" काय रं पोरांनो, कोण तुम्ही?"

रिद्धिमाने त्याचा हात घट्ट पकडला. त्याला तिची भीती जाणवली. त्याने दुसरा हात तिच्या हातावर ठेवत तिला शांत राहण्याचा इशारा केला. तीही अनोळखी अशा त्याच्यावर विसंबून राहिली.

" आजोबा, आमची गाडी चुकली. बाहेर खूप गारठा आहे. एक रात्र इकडे थांबायला मिळेल का? सकाळ होताच निघून जाऊ आम्ही." तो म्हणाला.

आजोबांनी दोघांना पाहिले. हातानेच आत येण्यास इशारा केला.

" ऱ्हावा इकडच, मी डोंगरामागं ऱ्हातो. आज ऱ्हाणार व्हतो इकडच पर जातो. लई थंडी हाय बगा. घ्या, चूल बी पेटवली आता गरम व्हईल झोपडी."

आजोबा उठले. सुहृदने त्यांचे आभार मानले. त्यांनी दोघांच्या डोक्यावर हात ठेवत म्हंटले,

" सुखाने नांदा ."

रिद्धिमा काही बोलायच्या आत आजोबा निघून गेले.

तिला थोडं ऑकवर्ड झाले. पण तो तिला नॉर्मल करण्यासाठी विषय बदलून म्हणाला,

“ चल आज जिवंत राहू म्हणजे आपण!"

तिने हसून त्याला पाहिले. बॅग मधले स्नॅक्स आणि पाणी बॉटल समोर ठेऊन दोघे आता त्या झोपडीत सुखरूप निवांत बसले. आता तीही मोकळी झालेली.. त्याला ती स्वतःचे करीअर, आवडी-निवडी सांगत होती.

" एकटी राहतेस इकडे घरापासून दूर?"

" हो.. म्हणालेत सर की देतील ट्रान्स्फर लवकर."

" हो, पण तोपर्यंत मांजर आली तर?" आणि तो हसू लागला.

ती जागेवरून उठली आणि तावातावाने त्याला लटक्या रागात मारण्यास त्याच्या जवळ गेली. त्यानेही तिचे दोन तीन फटके खाल्ले. तरी तो हसतच होता. त्याने मारणारे तिचे हात हातात घेतले. अन् हसत-हसत तिच्या डोळ्यात पाहिले. निरागसता. स्वच्छ मन. सगळ्या पॉझीटीव वाईब्स त्याला जाणवल्या. तीही एका क्षणासाठी त्याच्या डोळ्यात हरवली.

तिने त्याच्या हातून हात सोडवला आणि पुन्हा चुलीकडे जाऊन बसली. तोही समोर येऊन बसला.

" सो मॅडम, सिंगलआहेस की एंगेज?"

तिने हसून त्याच्याकडे पाहिले, " एंगेज होणारे परवा!"

" ओह रिअली? नाइस! अरेंज ऑर लव?"

" अरेंज."

" हॅपी?"

" हो..."

तिच्या चेहऱ्यावरचे उतरलेले भाव पाहून त्याला वेगळेच काही वाटले. ती अनोळखी होती त्याच्यासाठी. पण त्याला तिला उदास झालेले पाहवत नव्हते.

दोघे ही शांत बसून होते. चुलीतले जळते निखारे पाहून तिने आपले मन अनोळखी, पण काळजी घेणाऱ्या सुहृदकडे मोकळे केले..

" मला ना प्रॅक्टिकल वागता नाही येत. स्वप्नात रमायला आवडते मला. फेरी टेल्ससारखं. लाईफ अशी असावी. मनाने एकत्र येणे. स्टेटसने नाही."

ती बोलत होती अन् तो ऐकत होता.

" ही इज टू प्रॅक्टीकल. इस्टेट एजंट आहे. अप्स-डाऊंस खूप पाहिलेत त्याने. पण फक्त पैशासाठी व्यवहार करणे पटत नाही मला. प्रत्येकाची इच्छा असावी आपलं घर असावं. जर हा ह्या फील्ड मध्ये आहे तर त्यानेही असेच काही करावे. जर आयुष्य तुम्हाला काही करायला चान्स देते तर तुम्ही त्याचा पुरेपूर उपयोग केला पाहिजे."

" मग पुढे.."

" बदलेल मे बी तो."

तिच्या मनाची अवस्था त्याला कळत होती. पण तो शांत बसून राहिला. मग तिने त्याला विचारलं,
" सो व्हॉट अबाऊट यू!? व्हेन आर यू गेटिंग मॅरीड ऑर ऑलरेडी मॅरीड?"

" नाही अजून तरी काही प्लॅन नाही. अफेअर्स होते. पण स्टेडी नाही काही. पटत नाहीत मनाला. ट्यूनिंग नाही जमत. पैसे किती कमावतो हा पहिला प्रश्न असतो. जास्त अपेक्षा नाहीत माझ्या. कलेची आवड असावी, म्हणजे माझ्या वाईब्स मॅच होतील अशी. बघू... भेटली तर ठीक नाही तर रहायचे असेच."

ती स्माईल करून त्याला पाहत होती.

आजोबांचा छोटासा संसार होता त्या झोपडीत. एखाद दुसरं भांड होतं. एक मडके होते. सुहृद उठला अन् त्याने मडक्यात पाणी आहे का पाहिले. त्याने शेजारीच असलेले पातेलं घेतले. त्यात पाणी ओतले. तो काय करत आहे हे ती दुरून पाहत होती. त्याने ते पातेलं चुलीवर ठेवले.

" सुहृद काय करतोस..पाणी हवय का ..आहे ना माझ्याकडे."

त्याने तिच्या कडे पाहून स्माईल केली. आपल्या सॅक मधून एक कॉफी चा पाउच काढला... तिला मगासची तिची कल्पना आठवली....

'अशा शांत ठिकाणी फार्म हाऊस वगैरे असायला हवे होते. मस्त पेंटिंग्ज काढायच्या.. शांत सुमधुर संगीत ऐकायचं... अन् वाफाळणारी कॉफी शेजारी असावी.. अर्थात हे सगळं आयतं असावं.'

ती हलकेच हसली.. तिला हसताना पाहून त्याने विचारले,

" काय गं? का हसलीस?" तिने स्वतःच्या मनातली कल्पना त्याला बोलून दाखवली.

उकळणाऱ्या पाण्या कडे पाहत त्याने तिला विचारलं,

" तू पेंटींग्ज काढतेस? ग्रेट यार!"

" हो, हॉबी माझी."

" बाय प्रोफेशन काय करतेस?"

" इलेक्ट्रिकल इंजिनिअर आहे. मागच्या गावात सुवर्ण नगरी कॉम्प्लेक्सचे इलेक्ट्रिक्स आमच्या कंपनीअंडर आहे म्हणून इकडे ट्रान्स्फर दिलीय."

" छान आहे. इंप्रेस झालो मी. कला पण आहे, प्रोफेशन पण छान आहे."

त्याचे असे बोलणे ऐकून ती हसली. कोरडेच हसली.

भेटशील पुन्हा..

" रिद्धिमा, काय झालंय. तुला काही शेअर करायचंय का?"

" आज मी निघणार इथून तर एकदाही विचारपूस केली नाही त्याने की मी कशी येणार,केव्हा पोहोचणार. मी कॉलही केला त्याला पण त्याने रिसिव्ह नाही केला. कधी-कधी वाटतं त्याला काही ओढ नाही माझी. कधी जवळ घेणे नाही, कधी प्रेमाने बोलणे नाही. सगळं कृत्रिम चालू आहे. खरं सांगू.. घुसमट होते माझी. पण आई-बाबांना कसं वाटेल ह्या विचाराने मी काही बोलत नाही. मे बी माझ्या अपेक्षा जास्त असतील. पण एक केरींग जोडीदाराची अपेक्षा करणं जास्त नसावं."

तो तिचे बोलणे ऐकत होता. त्याने तिकडे असलेल्या पेल्यांमध्ये कॉफी ओतली. कॉफीच्या अरोमाने तिला फ्रेश वाटले. तिच्या आत्तापर्यंतच्या बोलण्याचा तो विचार करत होता. नकळपणे एक सॉफ्ट कॉर्नर वाटू लागला होता त्याला तिच्याविषयी.

कधी-कधी आयुष्यभर सोबत असलो तरी एकमेकांची ओढ वाटत नाही, पण काही क्षणांच्या सोबतीनेही एखाद्याचे मन जिंकता येऊ शकतं. तिच्या सोबत हे 4-5 तास सुहृदला तिच्याजवळ घेऊन येत होते. एक वेगळेच नाते निर्माण होत होते. कदाचित ' अनोळखी नाते ' होते ते.

सकाळीच आजोबा पुन्हा झोपडीकडे आले. दोघेही फ्रेश होऊन निघाले होते. आजोबांनी दोघांना पुन्हा आशीर्वाद दिला.." सुखात नांदा " ह्यावेळेस रिद्धिमाने काही बोलायचा प्रयत्न नाही केला. दोघांनी एकमेकांकडे पाहिले.

बस-स्टॉपपर्यंत चालत येत दोघेही शांत होते. आता ह्या पुढे आपण कधी भेटणार नाही ही सल होती कुठे तरी.

बस आली दोघे त्यात चढले. रात्रभर गप्पा मारणारे ते दोन जीव

आता कमालीचे शांत होते. बस गंतव्य स्थानी पोहोचली. बसचा प्रवास संपला पण त्यांच्या मनाचा प्रवास सुरू होता.

तिच्याशी हात मिळवत तो म्हणाला,
" नाइस मीटिंग यू.".

" सेम हियर."

काहीतरी सुटल्यासारखं त्यांना वाटत होतं पण काय हे कळत नव्हतं.

तिला आईचा कॉल आला. ती कॉल वर बोलेपर्यंत तो समोर आलेल्या रिक्षात बसला. तिने आईसोबत बोलून पटकन फोन ठेवला पण तो निघून गेला होता. त्याचा स्वेट शर्ट तिच्या हातात तसाच होता.
*
*
घरात साखरपुड्याची तयारी सुरू होती. ती कपाट उघडून दागिने घालत होती. समोरच त्याचा 'तो ' स्वेट शर्ट होता. तिने त्यावरून हात फिरवला. इतक्यात मागून आईने आवाज दिला " चल मंडळी जमलित." तिने आईकडे न पाहताच, मानेने होकार दिला.

स्टेजवर साखरपुड्याचे विधी पार पडत होते. गेट मधून येणाऱ्या पहुण्यांवर अत्तर शिंपडले जात होते. तितक्यात एक जण फोन वर बोलत आत आला अन् चेहऱ्यावर पडलेल्या अत्तराच्या थेंबांमुळे जरा थांबला. त्याने अत्तर उडविणाऱ्या व्यक्ती कडे पाहिले अन् फोन कट केला. एकदम शॉक होत तो म्हणाला,

" रिद्धिमा तू?? "

मैत्रिणींच्या घोळक्यात उभी असलेली रिद्धिमा पण त्याला पाहून शॉक झाली.....

" सुहृद......."

*
*
*

दोघे लॉन मध्ये बसले होते. " तू इकडे कसा?" तिने त्याला विचारले.

" हाच तो मित्र ज्याच्या फॅक्टरीचे डिझाईन मी पाहतोय."

" ओह.. जिजू इज युवर फ्रेंड."

" जिजू?"

" हो, ही ताई माझी."

" ओह.."

दोघेही शांत झाले. थोड्या वेळात दोघे एकदम म्हणाले..
" सुहृद.."

" रिद्धिमा.."

ती म्हणाली तू बोल.. त्याने विचारले.. "तुझी एंगेजमेंट?"

" सुहृद, मी नकार दिला लग्नाला. माझीसुद्धा आजच होणार होती एंगेजमेंट. पण... खूप हिम्मत करून नकार कळवला."

तो शून्यात पाहत म्हणाला

" का?"

" कुणा केरींग पर्सनची ओढ लागलीय मला आता.."

त्याने तिच्या कडे पाहिले अन् विचारले,

" भेटला का मग?"

तिने दुसरीकडे पाहत म्हंटले,

" ह्ममममम.. शोधात आहे त्याच्या मी. "

अन् मान वळवून त्याच्याकडे पाहत म्हंटले,

" त्याचं स्वेटशर्ट राहिलंआहे माझ्याकडे."

आणि दोघेही हसू लागले...

रिद्धिमाने मनाचा आवाज ऐकला अन् अनोळखी नात्याचं ओळखीत रूपांतर झालं.

भेटूया इंगेजमेंटला लवकरच!

समाप्त

४. प्रेम - एक मृगजळ

आज ती खूप झिंगली होती. अगदी फुल ऑन. झिंगून तिचा मनोसोक्त गप्पा मारायचा मुड होता. ती तिच्या समोर होती अन् तिच्यासोबत नशेत बुडालेली ती होती. ती नशेत बुडालेली उर्वि होती, अन् तिच्या समोर बसलेली ती म्हणजे..तिची स्कॉचची बॉटल.

सहा महिन्यांपूर्वी......

" लिफ्ट लिफ्ट."

हातात शॉपिंग बॅग्स घेऊन ती पळत आली. लिफ्टचे दार बंद होणारच होते की इतक्यात आत उभ्या असलेल्या कुरिअर बॉयने लिफ्टचे दार पुन्हा उघडले.

" थँक्यू ब्रो.."

त्याने स्माईल केलं फक्त. तिने सामान हातात नीट सावरून धरलं. तिचा फ्लोअर आला तशी ती लिफ्टमधून बाहेर आली. पर्समधून चावी काढत असताना तिला एक रोमांचकारी सुगंध आला.

' कुठून आला हा सुगंध..'

तिने विचार करत अवती-भोवती पाहिले. फ्लोअर वर तसे दोनच फ्लॅट्स होते. दोन फ्लॅट्स मध्ये मोठा पॅसेज होता. दुसरा फ्लॅट बंदच असे. तिने चहूकडे पाहिले , कोणीच नाही दिसत म्हणून तिने पुन्हा दरवाजाकडे तोंड केलं अन् लॅच उघडलं.

सामान हॉल मध्ये ठेऊन तिने राघवला कॉल केला. रींग होईपर्यन्त तिला धीर नव्हता. जसा समोरून कॉल रिसिव्ह झाला, ती सोफ्यावर बसत पटकन म्हणाली..

" राघू ऐकना मी ना आज..." तितक्यात पलीकडून आवाज आला,

"उर्वि मी निनाद बोलतोय, राघव तर..... आय मीन हेड क्वार्टरला गेलाय. आज त्याची मीटिंग आहे."

तिचा खुललेला चेहरा एकदम हिरमुसला झाला.

" हममममम बरं ठीके. आला की सांगा त्याला मी कॉल केलेला."

आणलेलं सामान तिने जागेवर लावलं. सामान लावता-लावता तिला मगासच्या सुगंधाची आठवण झाली.

' किती मस्त होता सुगंध. राघवला जेव्हा पहिल्यांदा भेटेन तेव्हा अशीच परफ्यूमची बॉटल देईन.'

राघव मिलिटरीमध्ये होता. मूळचा औरंगाबादचा, उर्विसोबत ओळख झाली तेव्हापासून तो आसामला पोस्टेड होता. देखणा, उंचपुरा, मिलिटरी कट केस, गव्हाळ रंग. तिने त्याचे सगळे पिक्स ऑनलाईन पाहिलेत. पण प्रत्यक्ष अशी दोघांची भेट नाही झाली. पण तिला त्याची इतकी सवय लागलेली, रोजचे बोलणे नाही झाले की चलबिचल व्हायची.

सुरुवातीला सतत मेसेज, कॉल्स, ऑनलाईन गीफ्ट्स वगैरे सगळं सुरू होतं. पण हल्ली सगळं थोडं कमी झालंय. कॉल केला की बहुदा हा निनाद फोन उचलतो.

रोज ठरवते ती 'आता भेटला ना कॉलवर की खडसावायचं त्याला. मला त्रास देतोस होय!?'

गेले काही दिवस ती ऑफीसला गेली नव्हती. डॉक्टरची अपॉईंटमेंट होती. डॉक्टरकडे जाऊन आल्यावर एकटीच शॉपिंगला जाऊन येत होती. संध्यकाळपर्यंत वेळ निघून जायचा पण रात्री राघवच्या आठवणींत तिचं मन व्याकुळ व्हायचं.

संध्याकाळ झाली. तिने सेफ्टी डोअर लॉक ठेऊन आतला दरवाजा उघडाच ठेवला. हॉलमध्ये फेऱ्या मारत असताना तिने पुन्हा राघवला कॉल केला. रिंग झाली पण कॉल रिसिव्ह नाही झाला. दरवाजा समोरुन जाताना तिला पुन्हा त्याच परफ्यूमचा सुगंध आला. तिने पटकन दरवाजा उघडला. कुणीच नव्हते. पण बंद फ्लॅटचा दरवाजा थोडा उघडा दिसत होता. तिने घरात जाऊन घराची किल्ली घेतली. दरवाजा बंद करून ती हळू-हळू त्या फ्लॅटच्या दिशेने चालू लागली.

ती त्या फ्लॅट पाशी पोहोचली. तिने दरवाजा हलकेच ढकलला. घरात आत्ताच कुणी नुकतं शिफ्ट झालंय असं दिसत होतं. बॅग ठेवलेल्या दिसत होत्या, पण समोर हॉलमध्ये कुणीच नव्हतं. तिने दरवाजातूनच आत वाकून पाहिलं. तेवढ्यात तिला किचनमधुन कुणी बाहेर आल्याची चाहूल लागली. समोर आलेली व्यक्ती पाहून ती एकदम शॉक झाली.

" राघव ssss!"

तो त्याची किलर स्माईल देत आणि टीपिकल मिलिटरी अंदाजात तिच्या दिशेने चालत येत होता.
ती त्याला नुसतं पाहत होती. दरवाजा आणखीन उघडुन ती आत आली. ती तिकडेच उभी राहिली. तो नॅपकिन ला हात पुसत तिच्या आणखी जवळ येत होता. त्याचं ते लोभस हसू... उफ्फफ्फ, आज हीचा राग घालवायचाच ह्या विचाराने तो आणखी जवळ आला.

हातातला नॅपकिन जवळच्या टेबलवर टाकत तो तिच्यासमोर येऊन उभा राहिला. त्याने तिच्या कमरेत एक हात घातला अन् दुसऱ्या हाताने दरवाजा बंद केला..ती दचकली. त्याच्या खांद्या इतकी तिची उंची.. ती वर नजर करून त्याच्याकडे पाहत होती. सॅटिन सिल्कच्या तिच्या नाईट वेअर वरून त्याचा हात अलगद फिरत होता. तो मीश्किलपणे हसत तिला न्याहाळत होता. तिला त्याच्यावर खूप चीडायचं होतं पण त्याचा स्पर्श तिला सुखावत होता.

आज पहिल्यांदाच ते दोघे समोरासमोर येत होते. त्याने तिचा चेहरा ओंजळीत घेतला अन् तिने डोळे बंद केले. त्याचे श्र्वास तिला जाणवत होते . तो आता तिच्या अगदी जवळ होता. तो हळूच तिच्या कानात म्हणाला ,

"उर्वि...." तिने डोळे हलकेच उघडले.

"हम्म.."

" सोबत वेळ घालवूया का?"

तिने ओठांवर हसू आणत मानेनेच होकार दिला.

" उद्या बीचवर जाऊया.. दोघेच, शांतपणे एकत्र वेळ घालवू."

तो बोलत होता अन् ती गालातल्या गालात हसत होती आणि मानेनेच होकार देत होती.

" चल घर लाऊन घेतो. बाय! "

ती काहीही न बोलता बाहेर आली. स्वतःच्या फ्लॅटकडे चालत येत असताना तिला आठवलं आपण त्याला जाब विचारायला विसरलोच. तिने मागे वळून पाहिले. तर दरवाजा बंद होता..

' कमाल आहे हा..मी जाईपर्यंत पण थांबला नाही दारात!' ती स्वतःशीच बोलत होती.

तिने गोळ्या घेतल्या आणि आज तिला खूप दिवसांनी शांत झोप लागली.
*
*
*
*
दुसऱ्या दिवशी ती आनंदी मूडमध्ये उठली. आवरून ती राघवला चहासाठी बोलवायला गेली. बेल वाजवली पण त्याने दार उघडले नाही. ती परत बेल वाजवत असताना सफाईवाल्या मावशी पॅसेज झाडताना तिला नुसत्या पाहत होत्या.

' बाहेर गेला असावा ' असा विचार करून ती पुन्हा घरी परत आली .

संध्याकाळी तिला कॉल आला.

"मी बोलतोय.. पोहोचलो मी. ये लवकर."

" अरे पण दिसला नाहीस दिवसभरात. कुठे होतास?"

"तू मला भेटू इच्छितेस की मला प्रश्नच विचारणार आहेस?"

" भेटू इच्छिते."

" ये मग, वाट पाहतोय."

" काय आणू तुझ्यासाठी ?"

" काही नको, फक्त छान दिस!!"

"ओह! ठीक आहे. बघते मिळतंय का कुठे .. "

" काय ?"

" हेच.. 'काही नको ' कुठे मिळतं ते. आणि छान दिसायचं म्हणशील तर.. मी छानच आहे!"

" तर छान मॅडम, या लवकर. माझा इकडे पुतळा व्हायच्या आत ये लवकर."

मेट्रो स्टेशनला येऊन वर्सोवा चे तिकीट काढायला ती लाईनमध्ये उभी राहिली.. लाईन खूप मोठी होती. तिला अस्वस्थ वाटू लागले. हातात पैसे खेळवत ती चलबिचल होऊन लाईन मध्ये उभी होती.अंधार होत आलेला. पण तिला त्याला भेटण्याची ओढही होती.अखेर तिला तिकिट मिळाले. सगळे अडथळेच जणू पार करून ती त्याला भेटायला चालली होती.

मेट्रोमधून बाहेर येत ती पटपट खाली उतरली. मेट्रो ते वर्सोवा बीच अंतर तसं फार नव्हतं तरी तिला हे अंतर खूप वाटत होतं. तिचा मोबाईल वायब्रेट झाला. घाईघाईत तिने कॉल रिसिव्ह केला. " हॅलो.." ती धापा टाकत म्हणाली..

" पोहोचलीस का गॉर्जियस.."

राघवचा आवाज ऐकून तिच्या पोटात जणू फुलपाखरे पळू लागली. " येते .. रिक बघते."

" अगं इतक्या कमी अंतरासाठी रिक कशाला."

" अरे तुला वाट पाहायला लागते, म्हणून येते रिकने."

" अजिबात नको, मी वाट पाहीन तुझी. ये तू.. आय एम वेटींग फॉर यू, आय एम इन येलो शर्ट."

भेटशील पुन्हा..

ती त्याच्यासोबत मोबाईलवर बोलत चालत होती. हे अंतर तिने कसे पार केलं तिलाच ठाऊक.

अंधारात तो तिला दिसलाच नाही.. " कुठे आहेस राघू?"

" आहे इकडेच.. पाहतोय मी दुरून तुला माझी किती ओढ आहे ते."

ती हळू-हळू वाळूमधून पाय रुत्वून चालत होती. वाळूत सारखा पायाचा बॅलन्स जात होता. तरी त्याच्या भेटीच्या ओढीने तिने तिचा वेग वाढवला. तिला तो एका लॅम्पपोस्ट खाली उभा दिसला. चालून दमली होती ती. तो दुरूनच हसत होता. ती त्याच्या जवळ गेली. तो हाताची घडी घालून उभा होता. तिने त्याच्या हातावर आपलं डोकं टेकवलं आणि धापा टाकत म्हणाली, " उफफफ कोणी असं दूर वाट पाहत थांबतं का ..किती चालले मी?" त्याने दुमडलेल्या हातात ठेवलेली पाण्याची बॉटल तिला ऑफर करत म्हटले,

" हॅव इट.'

" नो, आय हॅव!"

अन् त्याच्या हातावरून डोकं बाजूला करत तिने बॅगमधून छोटी बॉटल काढून दोन घोट पाणी प्यायली.

तो तिच्या कडे एकटक पाहत होता. तुरळक लोक आजूबाजूला होते. मस्त चांदणं पसरलं होतं. समुद्राच्या लाटांचा आवाज. तिचं ड्रीम डेटचं वातावरण होतं ते. त्याने हळूच तिला विचारलं,

" थोडं पुढे चालत जाऊया का?"

दमलेली ती, पण तिच्या राघवसाठी काहीही करायला तयार होती ती. तिने त्याच्या डोळ्यात पाहत होकार दिला. दोघे समुद्रावर चालू लागले. पण वाळूत पुन्हा तिचा पाय घसरत होता. तिने आधारासाठी त्याचा हात पकडला. त्यानेही तिला आधार दिला. दोघे शांतपणे चालत होते. ती त्याच्या सोबत एकदम कंफर्टेबल झाली होती. चालताना तो बॉर्डर च्या काही गोष्टी तिला सांगत होता. असे चालत ते बरेच अंतर दूर आले.

चालता चालता तिने मान वर करून आकाशाकडे पाहिले. सुंदर चांदणे पाहून ती हरखून गेली. ती त्याचा हात हातात घेऊन चालत असताना अचानक म्हणाली,

" राघव, बघ ना ती चांदणी चालत आहे!!"

तो शांतपणे म्हणाला ,

" ती एका जागीच आहे, आपण चालतोय ऊर्वि, आणि ती चांदणी नाही ग्रह आहे तो."

ती तरीदेखील लहान मुलांसारखे आकाशाकडे पाहत होती. अन् त्याला म्हणाली " नाही रे राघव बघ ना खरंच ती चालते."

ती आपलं ऐकत नाही हे पाहून तो ही आकाशाकडे पाहून म्हणाला,

" अरे हो sssss खरंच की.. चालतेय ती चांदणी!!!"

तो तिला चिडवत असं बोलू लागल्यावर तिला आपलं हसू आवरता नाही आलं. ती जोर जोरात हसू लागली. अन् खोटे खोटे रागवत त्याला म्हणाली...

" काय रे राघू असं बोलतो होय तू मला. जा बाबा."

तिला रुसलेले पाहून.. राघवने त्याच्या पिटाऱ्यातून संदीप खरेंचे गाणे गायले..

"कसे सरतील सये, माझ्यावीना दिस तुझे
सरताना आणि सांग सलतील ना ?
गुलाबाचे फुलं दोन, रोज राती डोळ्यांवर
मुसुमुसु पाणी सांग भरतील ना ?"

रुसलेली ती खुदकन हसली..

तो तिच्या मागे उभा होता. अन् ती त्याला टेकून त्याच्यासमोर उभी होती.समोर पसरलेला अथांग सागर दोघे शांतपणे पाहत होते. त्याने मागून तिच्या खांद्यावर हात ठेवला. तिने मान मागे करत त्याच्या छातीवर डोके विसावले.

" राघव किती छान लाइट्स दिसत आहेत ना !" क्षितिजाकडील लाइट्स पाहून ती म्हणाली.

" हमम्मम.."

" काय असेल रे तिकडे?"

" छोटी छोटी बेटं.."

" म्हणजे तिथे लोकं राहत असतील का रे राघव?"

" नाही गं.. डॉक वगैरे असेल.."

" ओह.."

असे तिचे बरेच बालिश प्रश्न सुरू होते. अन् तो सगळी उत्तरे देत होता. रात्र झालेली म्हणून बीच वर गर्दी तशी नव्हती. आजू बाजूने एखाद दोन जाणारी माणसे त्यांच्याकडे बघत बघत जात

होते. त्यांचं असं पाहणे तिला अजिबात आवडलं नाही. ती मागे वळली. आणि त्याच्या छातीवर डोकं टेकवून त्याला बिलगली.

" असे का पाहत आहेत सारे??" तिने त्याला विचारले.

त्याने काहीच उत्तर नाही दिले. तिने मान वर करून त्याला पाहिले. तो हलकेच तिला म्हणाला,

" निघुया का?"

" नाही.. अजून हवा आहेस तू मला!"

त्याने स्माईल करत तिच्याकडे पाहिलं. अन् तिच्या कानात कुजबुजला,

" मग.. किस देणार मला?"

ती त्याच्या अचानक आलेल्या प्रश्नाने लाजली.. त्याच्या पासून दूर होत ती हलकेच हसली. पुन्हा त्याच्या जवळ आली. टाचा वर करून तिने त्याला खाली झुकवले अन् त्याच्या गालावर आपले ओठ टेकवले. हळूच त्याच्या कानात ती म्हणाली,

" खुश!!"

त्याने नकारार्थी मान हलवली.

"का??" तिने आश्चर्य करत विचारले.

" ओठ हवेत तुझे..."

तो तिला म्हणाला.

ती काहीच नाही बोलली. तिने मान खाली केली अन् शांतपणे त्याला बिलगून उभी राहीली. एकीकडे समुद्राच्या लाटांचा आवाज, एकीकडे त्याच्या हृदयाच्या धडधडीचा आवाज. वर पांघरूण म्हणून असलेले ते चांदणं. ती शांतता, ते आवाज, तो आसमंत आणि राघवच्या प्रेमात अखंड बुडालेली ऊर्वि .

त्याने तिच्याकडे मान वळवत म्हंटले,

" इकडे बघ ऊर्वि !"

तिच्या झुकलेल्या नजरा अजून खालीच होत्या. त्याने हलकेच तिच्या हनुवटीला हात लावला अन् तिचा चेहरा वर करत त्याचा चेहरा तिच्या जवळ आणला. तिचे डोळे अजूनही बंदच होते. त्याने हलकेच त्याचे ओठ तिच्या ओठांवर टेकवले. तिच्या बंद डोळ्यातून अश्रू वाहत होते. तिने त्याच आवेगात त्याला घट्ट मिठी मारली. तिने घट्ट मिठी मारली खरी पण त्याने स्वतःचे हात मागे बांधून ठेवलेले. ती त्याच्यापासून दूर झाली .

त्याने पुन्हा विचारले " निघुया का?"

त्याने तिचा हात हातात घेतला अन् दोघे परतीच्या प्रवासाला निघाले. परत येताना एखाद दोन लोकं दिसत होती. तेही त्यांना असेच पाहत होते.

" राघव का हे असे पाहत आहेत. जणू आपण एलियन आहोत." तो आताही काही बोलेना.

घरी येताना रिक्षात ती शांतपणे त्याच्या खांद्यावर डोकं टेकवून बसली. रिक्षावाला आरशात तिला पाहत होता. तसं पुन्हा तिने राघावच्या मागे तोंड लपविले. ती बिल्डिंगसमोर उतरली, पैसे देताना पण रिक्षावाला तिला एकटक पाहत होता. तिला अस्वस्थ

झालं. तिने मागे वळून पाहिले तर राघव लिफ्टकडे जाऊन उभा होता. ती रागा-रागाने त्या रिक्षावाल्याला पाहत होती.

पळत पळत येऊन ती राघव सोबत लिफ्टमध्ये आली. त्याने तिच्या गालावरून हात फिरवला. अन् म्हणाला,

" आज शांत झोप हा बाळा.. मी थकलोय."

तिने होकारार्थी मान हलवली. लिफ्ट त्यांच्या फ्लोअर वर आली. दोघे बाहेर आले. गुड नाईट बोलून दोघे एकमेकांच्या फ्लॅट कडे वळले. ती तिच्या फ्लॅटकडे जाऊन त्याला बाय करायला मागे वळली. पण त्याच्या फ्लॅट चा दरवाजा एव्हाना बंद झालेला.

तिचं मन थोडं खट्टू झालं. पण इतका वेळ सोबत घालवला म्हणून ती खुशही होती.

*
*
*

रोज त्याचा कॉल यायचा अन् ती त्याला भेटायला जायची. तिचे ते सर्वात सुंदर क्षण असत. पण इतरांच्या नजरा तिला अजिबात आवडत नव्हत्या. तिने लोकांची कंप्लेंट केली की राघव काही उत्तर देत नसे. कधीच रागवायचा नाही तो. तिचा परफेक्ट बडी होता तो. कायम असेच रहावं आपलं आयुष्य असे तिला वाटत होते.

एकदा ती त्याला त्याच्याविषयी वाटणाऱ्या मनातल्या सगळ्या भावना सांगू लागली अन् तो शांतपणे सारे ऐकत होता...

"*एक नशा... बेधुंद करण्याची नशा आहे.. तुझ्या डोळ्यांमध्ये. जेव्हा ते मला अन् फक्त मलाच पाहतात.*

भेटशील पुन्हा..

तुला सांगू आपल्या भेटण्यात मला सगळ्यात जास्त काय आवडतं.. तुझ्या समोर पाठमोरं उभ राहणं. तू हलकेच म्हणतो ना.." थांब इकडे अशीच." अन् मी तुला टेकून उभी राहते..तू माझ्या अगदी जवळ असतोस. दूर दूर असलेल्या लाटा पाहतो आपण. तेव्हा मला अशी जाणीव होते की आपलं एकच उद्देश्य असावा आयुष्याचं.

तू..

तुझे विचार

मला खूप जास्त भावलेत.

जेव्हाआपण शांत बसून राहतो ना तिकडे, काहीही न बोलता. तेव्हाही ते क्षण मला कैद करावेसे वाटतात.

माझ्या आयुष्यातला तू पहिला व्यक्ती आहेस. पहिला अनुभव आहेस. असा अनुभव.. जो मला कायम हवा होता.. एकांत मला हवा असणारा..मी अनुभवला तुझ्यासोबत. मला तुझ्यासोबत असे अनेक क्षण साठवायचे आहेत.

तुझे माझ्यासोबत ते हळुवार बोलणे, मला तुझ्या जवळ घेऊन येत गेले.

खरं सांगू.. मला ना डोळ्यांची भाषा.. अबोल प्रीत . .ह्या गोष्टी खरंच नाही कळत. आणि मीही अबोल काही ठेवत नाही. म्हणून हे सारं सांगते. मलाही ऐकायला आवडेल... तुला काय वाटतं माझ्याबद्दल.

माझ्यावर नुसता प्रभाव नाही पडलाय तुझा पण एक प्रेरणा आहेस तू माझ्या साठी. एक सुखद गारवा होऊन आला आहेस तू.

मी रुसेन पण रागवणार नाही. मी चिडून बोलेन पण मनात खोटं कधीच नसेल माझ्या. मी हक्क दाखवेन पण हक्क कधीच मागणार नाही.

अपेक्षा काहीच नाहीत. फक्त सोबत रहा माझ्या. कायमचा असं बोलणार नाही. पण अपेक्षा तर अशीच आहे की तू सोबत असावं.

आणि मला खरंच खूप आनंद आहे. मी जो पत्ता उघडला तो तुझ्या नावाचा होता. अन् मला तू भेटलास.
अन् त्याहून मी नशीबवान समजते सवतःला.. तू माझ्यासोबत बोलणं, मला भेटणं निवडलस..

ह्या साऱ्यासाठी तुझे कसे आभार मानू राघव..... "

ती बोलत होती अन् तो त्या लाटा पाहत होता. रोज असे त्यांचे येणे व्हायचे अन् ती आपले मन मोकळे करत होती.

दिवस छान सुरू होते. रात्र त्याच्या स्वप्नात रमत होती. पण अचानक सगळ्याला नजर लागली. का असे झाले???? ती उत्तर शोधत होती. का??????

त्याचे कॉल्स बंद झाले. तिने कॉल्स केले की रिसिव्ह नव्हते होत. तिचं आनंदी मन उदास झालं आणि तिला खूप खाऊ लागलं 'कुठे गेला राघव.. कुठे होता राघव... का गेला राघव.. राघव sssssss. '

*

*

*

*

आज तिने ठरवलं त्याला विसरायचे. कायमचे म्हणून ती स्कॉच घेऊन आली... अन्, आज ती खूप झिंगली होती. अगदी फुल ऑन. झिंगून तिचा मनोसोक्त गप्पा मारायचा मुड होता. ती तिच्यासमोर होती अन् तिच्यासोबत नशेत बुडालेली ती होती. ती

नशेत बुडालेली, अन् तिच्यासमोर बसलेली ती म्हणजे..तिची स्कॉचची बॉटल. ती इतकं प्यायली होती की ती तिची शुद्ध हरपून बसली.

तेवढ्यात फ्लॅटचं लॅच उघडुन अनिका तिची बेस्ट फ्रेंड आत आली. तिला असे बेशुद्ध पाहून तिने पटकन एक नंबर डायल केला.

" हॅलो, हा मी अनिका.. प्लीज लवकर ये. ही शुद्धीत नाही."

पलीकडून फोन कट झाला. बिल्डींग खाली अंब्युलन्स आली.

हॉस्पिटलची सगळी प्रोसेस करून अनिका आणि तो वेटींग एरियामध्ये बसले होते. तो डोळे मिटून कदाचित भविष्याचा विचार करत होता.तिने त्याच्या हातावर हात ठेवत म्हंटले,

"डोन्ट वरी. होईल सगळे नीट."
त्याने डोळे उघडले,

" अजून किती दिवस, महिने, वर्ष असेल हे अनिका. तिला आठवणच नाही की तिचं लग्न झालंय अन् मी..मी...मी.... निनाद तिचा नवरा आहे. मलाच कॉल करते अन् राघवला फोन दे सांगते. काय करू अनिका मी?"

अनिका त्याचं सांत्वन करत होती आणि बोलू लागली.

"कव्हरेज करायला आसामला गेली काय. अन् तो प्रसंग तिच्यावर आला काय. त्यातून ती वाचली पण कॅप्टन.राघव गेला."

निनाद शांतपणे छताकडे पाहत बोलू लागला.

" हो, तिच्या डॅशिंग स्वभावाच्या प्रेमात पडलो मी. जर्नालिस्ट म्हणून उत्तम करिअर सुरू होते तिचे. म्हणूनच लग्न करेन तर

हीच्याशीच असे मी घरच्यांना सांगितले. उर्वीचा नकार होता आधी... कारण आयुष्यातले पहिले प्रेम ती विसरू शकत नव्हती. तिचं कॉलेजपासून अव्यक्त राहिलेलं प्रेम होतं. इतकी डॅशिंग होती पण प्रेमाच्याबाबतीत खूप हळवी होती. कधी बोलूच शकली नाही ती त्याला अन् नंतर त्याचा काही पत्ता नाही लागला. कोणाकडे मन मोकळे केलेच नाही तिने त्याच्याविषयी. मी तिला लग्नाची मागणी घातली तेव्हा खूप इमानदारीत ती मला म्हणाली...

" मी जस्टिस नाही देऊ शकणार तुला. मी विसरू नाही शकत प्रेम माझं. भले ते एक तर्फी होतं."

मीही तिला तिचा वेळ दिला. मग एके दिवशी.. ती आली. मन मोकळे करून रडली माझ्यापाशी.

" आय लॉस्ट हिम.. आता काहीच नाही होऊ शकत.. इतकं शोधलं त्याला पण काही माहिती नाही मिळाली... अन् आज ..आज.. त्याच्या लग्नाची न्यूज कळली."
त्यातूनही मी तिला सावरले. मग काही महिन्यांनी ती आली माझ्याकडे ते थेट गुलाबाचं फूल घेऊन..येऊन गुडघ्यावर बसली,

" मॅरी मी निनाद!"

मीही क्षणाचाही विलंब न करता..तिला होकार दिला. मला इतकं प्रेम द्यायचं होतं तिला की विचारू नकोस. लग्नानंतर फार छान सुरू होतं सारं. पण तिच्या डोळ्यात मला नेहमी दिसत होती एक अतृप्तता!

जर्नालिझममध्ये उत्कृष्ट काम करत होती ती. कुठे कुठे म्हणून नाही गेलीय ती कव्हरेजसाठी. त्या दिवशीही आसामला, मिलिटरी ओफिसर्सचा इंटर्विव्ह घ्यायला ती आसामच्या

बटालियनसोबत होती. समोर अचानक तिला तो दिसला. तिचं पहिलं प्रेम.. आता त्याची ओळख होती.. कॅप्टन राघव !!!

तिने मला कॉल केला.. अन् सांगितलं.. मी थोडा इन्सेक्युर झालो पण तरीही विश्र्वास हा होताच माझा तिच्यावर... तिला मी सांगितले की बोल त्याच्यासोबत. पण तिने साफ नकार दिला. अन् फोन कट केला.

पण नियतीने कदाचित काही वेगळाच विचार केलेला.

निसर्ग पाहत ती त्या डोंगराजवळ गेली. अन् नेमके तिथे माईन लावले होते. कॅप्टन राघवला ह्याची पूर्वसूचना मिळाली होती. मुंबईची कोणी जर्नालिस्ट कव्हरेज करत डोंगरात गेलीय. हे कळताच
कॅप्टन राघव त्वरित तिकडे पोहोचला . पण तिला वाचवता-वाचवता त्याने स्वतःचे प्राण गमावले.

ऐन तारुण्यात त्याचा असा शेवट आपल्यामुळे झाला. हा विचार तिच्या डोक्यातून जातच नव्हता. एकीकडे अव्यक्त प्रेम आणि दुसरीकडे तिला त्याच्यामुळे मिळालेलं जीवनदान. ती जवळ-जवळ शॉकमध्ये होती. ती त्याचा इतका विचार करू लागली की ती असं समजू लागली की तो हयात आहे. ती जवळ जवळ त्याच्या सोबत आयुष्य जगू लागली. तिच्यासाठी त्याचं एक वेगळंच स्थान निर्माण झालं. अन् त्याचे भास तिला होऊ लागले. फेसबुकवर तिने त्याला सर्च केलं. त्याला मेसेज केले पण त्याचे रिप्लाय नाही आले. पण स्वतःला फसवत राहिली की कोणी बोलत आहे तिच्यासोबत.

शेजारचा फ्लॅट रिकामा आहे माहीत असून ती स्वतःला सांगू लागली की राघव तिथे राहतो. एकदा दरवाजा उघडा दिसला. पण तिथे कुणीच नव्हते. पण ती समजू लागली. राघव तिथे आहे.

त्याला भेटायला जाणे... पहिल्यांदा तर ती हरवलीच होती. कसंबसं तिला शोधलं. नशीब बलवत्तर म्हणून तो रिक्षावाला तिला सुखरूप घेऊन आला. अन् तेव्हापासून त्यालाच तिच्या मागावर ठेवलं. जेव्हा ती बीचवर जाते परतीसाठी हाच रिक्षावाला कायम असतो. त्यानेच सांगितलं की रिक्षात कोणी नसतं पण मॅडम कोणाच्या खांद्यावर डोकं ठेवलं असं वागतात. कैक वेळा मी तिच्या मागे जातो बीचवर. ती एकटीच बोलत असते अन् बाजूने जाणारे लोक तिला संशयाने पाहत असतात...

सुरुवातीला सतत मेसेज, कॉल्स, ऑनलाईन गीफ्ट्स मी राघव म्हणून तिला दिले. पण तिला आता जाणीव करून द्यायला हवी की राघव हा तिचा भास आहे.

आज पुन्हा तिचा कॉल आला. राघवसाठी. मी तिला इतके दिवस इग्नोर केलं . आज ठरवलं तिला खरं सांगायचं राघव कुणी नाहीये. आणि मी तेच केलं. मी तिला म्हणालो मी निनाद आहे तुझा नवरा. राघव एक मृगजळ आहे. तेव्हा ती खूप चिडली. आणि स्कॉचच्या बाटल्या घेऊन आली. आणि आता ह्या स्थितीत ती पोहोचली.

आता माझ्याकडे केवळ तिचं हे मृगजळ दूर जाण्याची वाट पाहण्यावाचून काही पर्याय नाही. तिचं प्रेमही माझ्यासाठी आता मृगजळ होऊन बसलंय."

आणि बेशुद्ध अवस्थेत असलेल्या आपल्या पत्नीला पहायला निनाद उठून आय. सी. यू मध्ये गेला.

समाप्त.

५. एक निश्चय मनाचा

ती मावळणाऱ्या सूर्याला पाहत एकटीच बसलेली. दोन्ही पाय दुमडून दोन्ही हात पायावर ठेवून, आपली हनुवटी हातावर ठेवून, एक टक त्या सूर्याला पाहत होती. कसलेच विचार नव्हते मनात. फक्त मावळणाऱ्या त्याला पाहत होती. विचार करून जणू थकून गेली होती ती. रोज स्वतःला विचारायची "का असं?" पण आता नाही. आज ती शांतपणे बसलेली. जे होईल ते होईल. जो निकाल असेल आयुष्याचा ती तो स्वीकारणार होती.

दिसायला चारचौघीत उठून दिसेल अशी ती. साधी. अबोल. लांबसडक केस, जमिनीवर बसली की जमिनीला स्पर्श करतील इतके लांब. तिच्या साधेपणावर कोणीही भाळेल अशी होती ती.

मावळतीच्या सुर्याचा रंग तिच्यावर चढला होता. वाऱ्याची झुळूक हळूच तिची बट हलवत होती. आजूबाजूला कोणीच नाही. सोबत आलेले सगळे मित्र-मैत्रिणी त्यांचं सामान-सुमान हिच्याशेजारी ठेऊन सगळे आपापले फिरत होते.

बॅगची चेन उघडल्याचा आवाज झाला. तसं तिने वळून पाहिलं. हातात कॅमेरा घेऊन, जमिनीला गुडघा टेकवून तो तिला पाहत होता. अगदी तसच जस पहिल्यांदा त्याने तिला पाहिलेलं, तेव्हा तो तिच्या साधेपणात हरवून गेला होता तसं. फरक इतकाच होता आज, तेव्हा त्याने कॅमेराने तिचा फोटो क्लिक केला होता. आज तो केवळ तिला पाहत होता. जणू काही शेवटचच!

ती क्षिप्रा आणि तो क्षितिज. ह्या नावांमुळेच त्यांची पहिली भेट झालेली. एक वर्षापूर्वी ती तिच्या मैत्रिणींसोबत फिरायला गेली होती. तेव्हा गंमत म्हणून मैत्रिणींनी तिला सांगीतलं,

“त्या तिकडे दूर दगडावर तुझ्या नावाचं पहिलं अक्षर लिहिलं आहे. जाऊन त्यावर बस. तू तिकडे एकटी बसलीस तर आज पासून तुझा भित्रीचा टॅग डिलिट!”

काचकुच करून ती गेली. जाताना किती प्रश्न मनात! कोणी आलं तर!? कोणी काही केलं तर!? तिने किमान दहा वेळा तरी मागे वळून पाहिलं असेल. जसजशी जवळ गेली तसा तिला तिथे फक्त एक मुलगा बसलेला दिसला. हातात कॅमेरा घेऊन लेन्स ॲडजस्ट करत होता. आपल्या आजूबाजूला कोणी आलंय ह्याची चाहूल लागताच त्याने वळून पाहिलं. पाठमोरी उभी असलेली मुलगी त्याला खूप आकर्षक वाटली. ती काही तरी शोधते आहे हे त्याने हेरलं.

"हॅलो, कोणाला शोधत आहात का तुम्ही?" त्याने विचारलं.
तिने त्याला न पाहताच उत्तर दिलं..."हमम दगड".

तो हसू लागला. त्याचं हसणं ऐकून क्षिप्रा वळली तेव्हढ्यात त्याने त्याच्या कॅमेराचं बटण क्लिक केलं. तिच्या साधेपणामध्ये हरवून गेला तो. एक वेगळीच शांतता. तो पाहतच राहिला तिला. शांतता भंग करत ती म्हणाली,

"हसतोस काय?दगड शोधतेय मी.खजिना नाही."

तसा तो भानावर येत म्हणाला,

"अहो नाही, योगायोग असा आहे की माझी आई मला दगड म्हणते, म्हणून हसलो. मला वाटलं की मला कोण शोधतय! ".

तिने अगदी काहीच रस नसल्यासारखे भाव देत पुनः शोधाशोध सुरु केली. तो म्हणाला,

"बाय द वे, इकडे दगड बरेच आहेत. मी बसलोय तो स्पेशल आहे."
ती म्हणाली "त्यात काय स्पेशल!".
तो म्हणाला माझ्या नावाचं पाहिलं अक्षर लिहिलंय त्यावर.

ती त्याला म्हणाली, "मीही असाच दगड शोधतेय ज्यावर माझं नाव असेल.. म्हणजे पाहिलं अक्षर."

तो म्हणाला "शोधा मग सापडेल".

"बाय द वे, हाय आय एम क्षितिज!" तो स्वतःची ओळख करून देत म्हणाला.

तिने हस्ल्यासारख केलं अन् पुन्हा शोधू लागली. मनात मैत्रिणींच्या नावाने शंख करत होती. आणि ह्याचं नाव क्षितिज तर मी काय करू. मला क्षितिजचा 'क्षि' नकोय क्षिप्राचा 'क्षि' हवाय... एकदम लक्ख प्रकाश पडावा तसं ती वळली आणि म्हणाली,

"तू 'क्षि' वर बसलायस का?"

तो म्हणाला "हो".

तिचा तिळपापड झाला, ती म्हणाली,

"काय रे तू, उगीच वेळ वाया घालवलास,. ऊठ आधी माझा दगड आहे तो."

त्याला आश्चर्य वाटलं. तो तिला म्हणाला,

"हे कसं ठरवलंस तू?"

मग ती म्हणाली,"अरे म्हटलं ना नावाचं पहिलं अक्षर शोधतेय, मग माझं पहिलं अक्षर 'क्षि' आहे."

तो म्हणाला "अरे वाह! काय बरं नाव तुझं?"

ती लगबगीने जवळ आली अन् म्हणाली,

"क्षिप्रा, प्लीज उठ नाहीतर त्या सगळ्या खूप चीडवतील मला"
.

क्षितिजने कॅमेराची बॅग हातात घेतली आणि तिथून निघाला. मागे वळून तिला म्हणाला,

"खूप छान आहेस तू क्षिप्रा." तो इतकं बोलून निघून गेला.

क्षिप्राने त्याची पाठमोरी आकृती पाहत विचार केला काय योगायोग आहे नावे कशी जुळून आली.

आज ती मावळत्या सूर्याला पाहत होती. पण कोणत्याही विचारांशिवाय. खूप छान आहेस तू क्षिप्रा असं बोलणारा तो आज काहिच नाही बोलला.

पहिल्या भेटीनंतर कधी वाटलच नव्हतं दोघांना की त्यांची पुन्हा भेट होईल कधी. पण एकदा क्षिप्रा मॉलमध्ये गेली असताना ट्रॉलीमध्ये तिला एक आय कार्ड सापडलं. आय कार्ड वर फोटो पाहून तिला कॅमेरावाला तो आठवला. तिने नाव वाचलं. क्षितिज इनामदार. तिचा स्वभाव तसा नाही पण तिला मोह झाला कार्ड वरच्या नंबरला कॉल करायचा. तिने मोबाईल काढला आणि कॉल केला. रिंग जात होती. पण त्याने उचलला नाही.

तिने ते आयकार्ड मॉल मधल्या कस्टमर केअरकडे जमा केले. पुढे तिने परत कॉल नाही केला आणि त्या नंबर वरूनही कधी कॉल नाही आला.

भेटशील पुन्हा..

जवळ-जवळ एक महिना झाला असेल. क्षिप्राला एक कॉल आला. क्षिप्राने फोन रिसिव्ह करताच पलीकडून आवाज आला,

"हॅलो, मे आय नो हुस नंबर इज धिस?"

क्षिप्राने विचारलं,"मे आय नो हु इज कॉलिंग".

क्षणभर दोन्ही कडे शांतता. ना क्षिप्रा काही बोलली ना पलीकडून कॉलर काही बोलला.

मग कॉलर म्हणाला,

"सॉरी, मला ह्या नंबर वरून गेल्या महिन्यात कॉल आलेला, मी व्यस्त असल्या कारणाने रिसिव्ह नाही केला."

क्षिप्रा म्हणाली "मला नाही आठवत मी ह्यावर कॉल केलेला, आणि जरी केला असला तर नॉर्मल लोक लगेच कॉलबॅक करतात, महिनाभर वाट नाही पाहत मुहूर्ताची."

कॉलरला ऐकण्यावाचून गत्यंतर नव्हतं. मग तो म्हणाला,

"तुमचा कॉल मला दुसऱ्या नंबरवर आला होता, मी माझ्या अल्टरनेट नंबर वरून कॉल केला आहे. मला असं वाटलं की हा नंबर माझ्या परिचितांचा असेल सो बोलणं व्हावं म्हणून मी कॉल केला. बट इट सिम्स यू आर समवन एल्स".

"हो मी कुणी वेगळी आहे!" क्षिप्राने असं उत्तर देऊन संभाषण संपवलं.

असं बोलणं झालं म्हणून तोही अस्वस्थ होता. तो विचार करू लागला मी कोणाला कॉल केला कोण जाणे. तेवढ्यात बाहेरून आवाज आला,

"क्षितिज ss आज तरी जेवणार का?"

ओह.. हा क्षितिज होता. गेल्या महिन्यात क्षिप्राचा कॉल त्यानीच मिस केला. ते मिस करण्यामागे कारणही असेच होतं. त्याचे कन्फ्युज्ड मन.

आईची मैत्रिण सुनंदा मावशी. तिच्या भाचीसोबत म्हणजे त्रिशा सोबत क्षितिजचा साखरपुडा झाला होता. तसं कोणाची जोर जबरदस्ती नव्हती. पण कोणासोबत तरी करायचं , सगळं छान आहे म्हणून त्याने होकार दिला होता. त्रिशा ही गुणी मुलगी होती. पण थोडी लाडावलेली.

सगळं सुरळीत चाललं होतं तोपर्यंतच, जोपर्यंत त्रिशाने क्षितिजच्या ड्रॉवरमध्ये तो फोटो पाहिला नव्हता, ज्याचे स्पष्टीकरण क्षितिजकडे नव्हते. जेव्हापासून त्या टेकडीवरुन तो परतला होता तो त्याचा राहिलाच नव्हता. लव्ह ॲट फर्स्ट साईटवर त्याचा कधी विश्र्वास नव्हता. पण क्षिप्रा काही केल्या त्याच्या नजरेसमोरून जात नव्हती. त्याने खूप प्रयत्न केला तिचा विचार झटकण्याचा, पण सारं काही निष्फळ. त्याला ती त्याच्या कॅमेरामध्ये कैद झालेली क्षिप्रा दिसत होती. तिचा तो बावरलेला चेहरा त्याला मोहित करत होता. पुन्हा केव्हा भेटणार ती मला. ह्याच विचारात तो सतत होता. त्या विचारात त्याने त्रिशाकडे दुर्लक्ष केलं. म्हणून ती रागवून गेली. एकदा त्यांच्यात इतका वाद झाला की त्रिशाने रागाने फोन फेकला. तिचा फोन आणि कार्ड दोन्ही खराब झाले. जेव्हा क्षितिजला अनोळखी नंबरवरून कॉल आला तेव्हा त्याला वाटलं त्रिशा असेल म्हणून त्याने कॉल नाही उचलला.

आज एक महिन्याने आईने रागवून त्याला त्रिशाला कॉल करायला सांगितला. फोनमधला सेव नंबर लागेना, म्हणून त्याने त्या नंबरवर कॉल केला जो गेल्या महिन्यात त्याला अनोळखी नंबर होता आणि जो त्याला वाटला त्रिशाचा असेल. डबल

सिमच्या गडबडीत त्याने नेहमीचा नंबर न वापरता दुसरा नंबर वापरला होता. कॉलवर असं बोलणं झाल्याने तो अजून हताश झाला. कोण होती कोण जाणे. किती तावातावाने बोलत होती. असो.. तो नंबर त्रिशाचा नव्हता, असा विचार करत क्षितिजने मोबाईल बाजूला ठेवला. पण उगीच काही तरी विचार करून पुन्हा मोबाईल हातात घेऊन त्याने डायल केलेला नंबर unknown rude lady म्हणून सेव्ह केला.

क्षितिज त्याच मॉलमध्ये पुन्हा गेला. एक्झिट करताना कस्टमर केअरवाल्या एम्प्लॉइने त्याला ओळखले. तो क्षितिजला म्हणाला, " सर तुमचं आय कार्ड इकडे हरवलं होतं. आम्ही कॉल केला तुम्हाला पण तुम्ही रिसिव्ह नाही केला. " क्षितिजने त्यांचे आभार मानत म्हटलं "थँक्यू फॉर कनसर्न, तुम्ही कॉल केलात ..कोणी नाही करत इतकं."

तेव्हा एम्प्लॉइ त्याला म्हणाला "थँक्यू त्या मॅडमना म्हणा ज्यांनी आय कार्ड आणून दिलं, आणि बजावून सांगितलं की तुम्हाला कॉन्टॅक्ट करावा, एनिवेस प्लीज टेक युवर आय कार्ड".

मॉलच्या पार्किंगमध्ये कारमध्ये बसत क्षितिज पुन्हा क्षिप्राचा विचार करू लागला. मॉलवाला भेटला, ती rude lady बोलली, नाही नाही ते लोक भेटले, बोलले, पण क्षिप्रा कशी भेटेल? कसं शोधू तिला? विचार करत-करत त्याने कार स्टार्ट केली. त्याच्या कारच्या हेडलाईट्स सुरू करताच त्याच्या कारसमोर एक मुलगी आली. लाइट्सच्या उजेडात तिने चेहऱ्यावर हात ठेवला अन् पळत जाऊन एका कारमध्ये बसली. ती गेल्यावर क्षितिज तिकडून निघाला.

ती मुलगी कारमध्येच बसताच, ड्रायव्हर सीटवर बसलेली नीतिका म्हणाली..

"क्षिप्रा काय हा वेडेपणा का धावतेस इतकी."

क्षिप्रा लगबगीने म्हणाली "निती तो इकडेच आहे ग, मला आत्ता कस्टमर केअरवाला म्हणाला सर आके गये".

नीतिका ने कारची चावी काढली अन् त्या दोघी मॉल पार्किंगमध्ये क्षितिजला शोधू लागल्या. नीतिका तिला बोलत होती,

"इतकच आहे तर कॉल कर"

क्षिप्राने म्हटलं "त्याने कॉल रिसिव्ह केला तर कशाला हवं होतं."

ह्यावर नीतिका म्हणाली..."अगं एकदा कॉल नाही रिसिव्ह केला म्हणून काय झालं, आता कर ट्राय". क्षिप्राला तिचं म्हणणं पटलं. तिने कॉल केला. पण क्षितिज ड्राईव्ह करत होता म्हणून त्याने कॉल रिसिव्ह नाही केला...

घरी येऊन कार पार्क केल्यावर क्षितिजने मोबाईल पाहिला. मिस्ड कॉल. unknown rude lady. त्याला थोडं वेगळं वाटलं. ही का कॉल करेल...करू का कॉल बॅक. स्वतःला प्रश्न विचारून उत्तरेपण स्वतःच घेत होता. नको जाऊ दे. ते चिडचिडं बोलणं नकोच.

घरी जाऊन फ्रेश होताना तो विचार करु लागला उद्या कॅमेराची सर्व्हिसिंग करून घेतो. कॅमेराचा विचार येताच त्याला पुन्हा त्याच्या मनात क्षिप्राचे विचार येऊ लागले. तिचा तो निरागस चेहरा, लांब सडक केस अगदी त्याच्या डोळ्यासमोर जणू ती उभीच आहे. ती आता एक परी झालेली त्याच्या आयुष्यातली.... त्याने पेन हाती घेतलं आणि लिहिले,

अव्यक्त प्रेम

पापण्यांना माझ्या असे बंद केले मी,
तुझे विचार तिथेच कैद केले मी.
एक विचार तुझा फक्त असा
येऊन सांगतो तो सगळं मला,
तू माझी कोण फक्त त्यालाच कळते,
नको येऊस विचारात माझ्या, आहेत मला बंधने.
भिती वाटते तुला न मिळवता गमावण्याची,
प्रेम माझे तू नाकारण्याची.
ही ओवी आहे आपलेपणाची,
माझ्या अबोल अव्यक्त प्रेमाची...

- क्षितिज -

ह्या ओळी त्याने डायरीत लिहिल्या. मग पुन्हा विचारांचं चक्र सुरु. बंधने आहेत...त्रिशा. त्याने निश्चय केला मनाशी. सांगावं आईला, की नाही शक्य हे लग्न. मन नाही माझं ह्या नात्यात. आई घेईल समजून.. पण त्रिशा. तिला कसे समजावू. फोटो पाहून इतकी चिडचिड केली तिने आता पुढे काय! आणि सांगू तरी काय. एक अशी मुलगी शोधतोय मी, जीचं केवळ नाव मला ठाऊक आहे. ना आगा ना पिच्छा. ह्याच विचारात मग्न असताना क्षितिजचा फोन वाजला. पुन्हा तीच... unknown rude lady. आधीच विचारांनी त्याला काही सुचत नव्हतं. आणि त्यात हा कॉल येणं. जिच्या तुटक बोलण्यानी त्याने तिच्याविषयी मनात ग्रह केला होता ही अशीच असणार.. खडूस. रागाने फोन रिसिव्ह करत तो म्हणाला.. मॅडम स्टॉप कॉलिंग मी. माय वाइफ डू नॉट लाईक थिस. आणि पलीकडून फोन कट. क्षितिज स्वतःला म्हणाला. काय हे. काहीही बोलतो मी. काय संबंध. जाऊ दे फोन तर कट झाला.

"क्षिss ए क्षिss" नीतिका ने क्षिप्राला हलवले.

"हे बेब व्हॉट हॅपन.. ऑल वेल??"

क्षिप्राने मोबाईल कानाकडून दूर करत म्हंटलं.."निती... हि इज मॅरीड!!!"

नीतिका अन् क्षिप्रा आणि सगळी शांतता.

क्षिप्राने मनाशी निश्चय केला आता त्याचा विचार बंद .. अगदी बंद. पण तिचे मन कशात लागेना. ती शांत-शांत राहू लागली. नीतिका तिला खूप समजावत होती. क्षिप्रालाही कळत होतं. पण आपल्या हृदयावर आपला ताबा नसतो.

नीतिकाच्या भावाचे म्हणजे रोहनचे NDA मध्ये सीलेक्शन झाले होते. त्याने घरी एक छोटी पार्टी ठेवली.खूप समजूत घालून नीतिका क्षिप्राला त्याच्या पार्टीला घेऊन गेली. क्षिप्राचे मन काही लागेना. राहून राहून मनात एकच.. का अशा मुलाचे विचार मनात येतात जो ऑलरेडी कोणाचा तरी आहे. नाही होणार तो माझा कधीच. असेच विचार करत ती लॉन मध्ये जाऊन बसली.

मनात तेच तेच विचार. क्षितिज एके क्षितिज. ती रोज त्याच्यासोबत बोलत होती... अप्रत्यक्ष. तो असाच सोबत असण्यातच आनंद होता तिचा. प्रेम, आकर्षण, आवड, आपुलकी अशी अनेक नावे देऊन पाहिली तिने.पण काहीच लागू पडत नव्हते. तरीही खूष असायची ती. पण कालचा तो फोन कॉल, त्याचे झालेले लग्न, त्याचा त्रस्त आवाज. तिला ते क्षण नकोसे झाले. कधी कोणाचा इतका विचार नाही केला जितका त्याचा केला न जाणता न ओळखता. का आस लागली आहे त्याची.. विचारांचं चक्र सुरूच होतं. ते काही थांबायचं नाव नव्हतं घेत.

भेटशील पुन्हा..

"विसर त्याला क्षिप्रा विसर..त्याला माहितही नाही तू आहेस अस्तित्वात,तू करतेस त्याचा विचार, नाही त्याला तुझी ओढ, विसर ss विसर ss" क्षिप्राच अंतर्मन तिला ह्या गोष्टी सांगत होतं.

तिने डोळे घट्ट बंद केले, कानावर हात ठेवत स्वतःच्याच आवाजाला ती स्वतःपर्यंत येऊ देत नव्हती. अचानक तिला आवाज आला......

"क्षिप्रा ssssss" तिने पटकन डोळे उघडले. आणि समोरचं दृश्य पाहून ती शॉक झाली.....!

क्षिप्राने डोळे उघडताच समोर क्षितिज उभा. ज्याला भेटायला इतके दिवस आतुर होती ती, आज तो अचानक समोर.मिश्रित भावना मनात आल्या. कसे सांगू , किती शोधले होते मी त्याला. आज समोर आला तो. आणि माझे भाव ही मी व्यक्त नाही करु शकत. दोघे एकमेकांना पाहतच राहिले. विचारांच्या गर्दीमधून बाहेर येऊन ती उठून उभी राहिली.

"क्षितिज..." समोर उभ्या असलेल्या क्षितिजला मागून कोणीतरी आवाज दिला.

क्षिप्रा आणि क्षितिजने त्या दिशेने पाहिले... त्रिशा क्षितिज च्या मागे उभी होती.

त्रिशाने पळत येऊन क्षितिजला मिठी मारली आणि म्हणाली,

" रिअली सॉरी डियर, मी समजून घ्यायला हवं होतं तुला, काय वेडेपणा केला मी , असा विचार केला की तुला कोणी दुसरी मुलगी आवडेल, एका ब्लर फोटोमुळे आपल्यात असे गैरसमज नको होते व्हायला. झालं गेलं विसरुन जाऊ."

क्षितिजने क्षिप्राचा क्लिक केलेला फोटो ब्लर होता. म्हणून समोर उभी असलेल्या क्षिप्राला, त्रिशा ओळखू नाही शकली.

क्षिप्रा तशीच शांत उभी राहून पाहत होती. रोहन आला आणि म्हणाला,

"क्षिप्रा मीट माय ट्रेक फ्रेंड क्षितिज अँड हिज फियान्से त्रिशा". क्षिप्रा हॅलो म्हणाली मग एक्सक्यूज मी बोलून निघून गेली.

सगळी अस्वस्थता. क्षितिजला काही कळेना काय करावे आणि काय बोलावे. तो जाणाऱ्या क्षिप्राला पाहत होता.

नीतिका क्षिप्राला शोधत आली, तेव्हा रोहनने सांगितलं ती निघून गेली.

" रोहन गिव मी युअर फोन." नीतिका त्याला म्हणाली.

" अरे फोन चार्ज नाही, सॉरी" रोहन तिला म्हणाला.

शेजारी उभा असलेला क्षितिज नीतिका ला म्हणाला "माझा फोन घ्या" .

तेव्हा रोहन तिला म्हणाला "दीदी, माझा मित्र आहे हा."

नीतिका ने स्माईल करुन थँक्यू बोलून फोन घेतला, तिने क्षिप्राचा नंबर डायल केला आणि डायलर वर नाव फ्लॅश झालं 'unknown rude lady' .

नीतिका ने क्षितिजकडे आश्चर्याने पाहत विचारले..

" तू क्षिप्राला कसं ओळखतोस"!? क्षितिज गोंधळला, त्याने नीतिकाला म्हटलं मी समजलो नाही.

नीतिकाने त्याचा मोबाईल त्याला दाखवत विचारले,

"हे काय आहे?" क्षितिजने पाहिलं 'unknown rude lady' . नीतिका म्हणाली मी क्षिप्राचा नंबर डायल केला आणि मला हे दिसलं. क्षितिजला कळून चुकलं की आपण क्षिप्राला unknown समजून टाळत होतो. त्याने नीतिकाला सगळा प्रकार सांगितला. ह्यावर नीतिकाने त्याला क्षिप्राची मनस्थिती संगितली , किती ती केवळ त्याच्या एका भेटीत हरवून गेली, त्याचं लग्न झालंय हा समज होऊन जो त्रास तिने सहन केला ते सांगितलं. क्षितिजला काही कळेना. जिला आपण जवळ जवळ वर्षभर शोधतोय तिने इतके कॉल केले आणि आपण काही दखल न घेता वेडेपणा केला.

क्षितिजने सगळा प्रकार नीतिका ला सांगितला आणि तिला म्हणाला "क्षिप्रावर माझं प्रेम आहे मी तिला वर्षभर शोधतोय, हेही खरं आहे माझं लग्न ठरलंय पण माझं मन नाही त्या नात्यात. मला त्रिशाला म्हणजे माझ्या फियन्सेला अगदी खरं सांगायचं आहे. पण माझी हिम्मत होत नाही. खूप गोंधळलोय ग मी. काही सुचत नाही."

सगळा प्रकार लक्षात घेता नीतिका ने त्याला सांगितले,

" आम्ही फ्रेंड्स उद्या एका टेकडीवर जाणार आहोत. तू पण जॉईन हो. मनातलं बोल क्षिप्राकडे. सगळं ठीक होईल."

क्षितिज म्हणाला,

"पण त्रिशाच काय करू, कसं समजावू तिला".

नीतिका ने त्याला म्हंटल " हे पहा आपण सगळे मॅच्युअर आहोत. त्रिशाला समजून घ्यावं लागेल की कोणीही खुश नाही होणार ह्या तिढ्यात."

क्षितिजने होकारार्थी मान हलवली आणि लॉन मध्ये जाऊन बसला.

दुसऱ्यादिवशी क्षितिज ठरल्याप्रमाणे टेकडीवर जाण्यास तयार झाला. कारचा दरवाजा उघडणार तितक्यात त्रिशा समोर उभी. ती म्हणाली,

"क्षितिज मला पण रोहनने ईंवाईट केलंय. मी पण येते सोबत".

क्षितिज मनातून नाराज झाला. आज त्याने सारं सॉर्ट करायचं ठरवलं होतं. पण ते आता काही शक्य नाही हे त्याला कळलं होतं.

दोघे कारनी रोहनच्या फ्लॅटकडे गेले. कार पार्क केली आणि बाहेर उभ्या असलेल्या बसमध्ये ते चढले. दुसऱ्या सीटवर नीतिका आणि क्षिप्रा दोघी बसल्या होत्या. क्षितिज पाठीवर सॅक घेऊन वर आला. क्षिप्राची आणि त्याची नजरानजर झाली. तेवढ्यात मागून आवाज आला,

"क्षितिज हात दे ना".. ते ऐकताच क्षिप्रा खिडकी बाहेर पाहू लागली.

तिच्या मनात विचारांचे वादळ सुरू झाले. तिने स्वतःशीच निश्चय केला.. आता बास .. लग्न जरी नाही झालंय त्याचं तरी त्याच्या आयुष्यात कोणीतरी आहे हे मला विसरून चालणार नाही, म्हणून त्याचे विचार बंद.

दंगा मस्ती करत सारे बसमध्ये एन्जॉय करत होते. पण दोन मने मात्र हरवलेली. गेल्या काही महिन्यात त्यांची चुकामूक, ती घालमेल, एकमेका विषयी असलेली ओढ.. अशा आणि अनेक विचारात गुरफटून गेले दोघे. क्षितिज आणि त्रिशा लास्ट सीटवर

बसलेले. थोडया वेळाने क्षितिज दोन सीट पुढे येऊन बसला. आणि रोहनने त्याची जागा घेतली. क्षितिज मनोमन विचार करत होता कसे सगळं सांभाळू. क्षिप्रा आणि त्रिशाला कसे सांगू.

टेकडीच्या थोड्या दूर बस थांबवली गेली. सगळे आप-आपले सामान घेऊन उतरले. क्षिप्रा बॅग घेऊन उतरताना हेडफोन शोधू लागली. हेडफोन फोनला कनेक्ट करत ती रस्ता ओलांडू लागली. त्रिशा रोहनसोबत थट्टा मस्केरी करत रस्ता ओलांडत होती. क्षितिज एक क्षण तसाच उभा राहुन क्षिप्राला पाहत होता. क्षिप्रा आणि त्रिशा जवळ जवळ एकाच अंतरावर चालत होत्या. तितक्यात एक ट्रक त्या दोघींच्या दिशेने येताना क्षितिजने पाहिला. क्षितिज जोरात ओरडला...."क्षिप्रा ssss मागे हो" त्याच्या आवाजाने क्षिप्रा मागे झाली आणि रोहनने त्रिशाला स्वतः जवळ ओढले.

क्षणभर सगळी शांतता. नीतिका ने क्षिप्राला जाऊन मिठी मारत विचारले,

" ऑल वेल बेब". क्षिप्राने होकारार्थी मान हलवली. त्रिशा रोहनपासून दूर होत आपले केस सावरू लागली.
सगळे टेकडीवर चढत होते. त्रिशाला शांत झालेले पाहून रोहनने तिला विचारलं,

"काय झालं त्रिशा?"

गोंधळलेली ती त्याला म्हणाली "त्याने क्षिप्राला का सावध केले, मला का नाही हाक मारली?".

रोहनने तिला समजावत म्हंटले,

" त्रिशा आयुष्याला डोळसपणे पाहिले की सगळं स्वच्छ दिसतं, कधी कधी आपण हट्ट आहे म्हणून किंव्हा काही पर्याय नाही

म्हणून सिचुएशन ॲक्सेप्ट करतो. पण जर सत्य स्वीकारत जगलो तर सगळं सोप्पं होऊ शकतं. तू ही पहा सगळं आणि ॲक्सेप्ट कर."

त्रिशा प्रश्नार्थक नजरेने रोहनला पाहू लागली.

"मी समजले नाही"

" त्रिशा मलापण काल कळलं, की क्षितिजच्या ड्रॉवरमध्ये जो फोटो सापडला, ती मुलगी दुसरी-तिसरी कोणी नसून क्षिप्रा आहे, आणि क्षितिज तिला गेलं वर्षभर शोधत होता, निती दी कडून समजले की क्षिप्रापण त्याच्या प्रेमात आहे. मला असं वाटतं तू तुमच्या रिलेशनशिपचा विचार करावा आणि....".

"आणि.. आणि काय रोहन?" त्रिशाने त्याला विचारले.

"काही नाही, कळेल तुला हळू हळू".

सगळे टेकडीवर चढून दमले, आणि आप-आपली कंफर्ट जागा पाहून बसले. मग सगळे खाणे-पिणे करुन जो तो हींडू लागला. क्षितिज निसर्गाचे सौंदर्य आपल्या कॅमेरामध्ये कैद करत होता.

दिवस आता मावळत आला. क्षिप्रा त्या मावळतीच्या सूर्याला पाहत होती. निश्चय करुन ती बसली होती. क्षितिजला विसरणे. बॅगची चेन उघडल्याचा आवाज झाला. तसं तिने वळून पाहिलं. हातात कॅमेरा घेऊन, जमिनीला गुडघा टेकवून क्षितिज तिला पाहत होता. अगदी तसच जस पहिल्यांदा त्याने तिला पाहिलेलं तेव्हा तो तिच्या साधेपणात हरवून गेला होता तसं. फरक इतकाच होता आज. तेव्हा त्याने कॅमेराने तिचा फोटो क्लिक केला होता. आज तो केवळ तिला पाहत होता. जणू काही शेवटचच.

दोघेही एकमेकांकडे पाहत होते. तेवढ्यात मागून आवाज आला

"क्षितिज, आज फोटो नाही क्लिक करायचा का?"

क्षितिज आणि क्षिप्रा वळुन पाहू लागले. रोहन, नीतिका आणि त्रिशा उभे होते. त्रिशा पुढे येत त्याला म्हणाली

"आय नो क्षितिज, तो फोटो क्षिप्राचा आहे". क्षिप्रा आणि क्षितिज उठून उभे राहिले. क्षिप्रा काही बोलणार तेवढ्यात त्रिशा म्हणाली,

"अहा, नो..नो रिग्रेटस, माझं आणि क्षितिजच लग्न ठरल्यापासून मला कधीच हवी असलेली ऊब मिळाली नाही... जी आज मी अनुभवली, मला कोणतेच शब्द सुखावले नाही जे आज सुखावले, अँड ऑल क्रेडिट गोज टू रोहन...... थँक्यू रोहन मला जाणीव करून दिल्याबद्दल, खरं प्रेम आणि त्याची ऊब आपल्या पाशी आली की कसं वाटतं."

त्रिशाने पुढे येऊन क्षितिजचा हात हातात घेतला आणि त्याला क्षिप्राकडे नेले आणि क्षितिजला म्हणाली,

"माझं बर्डन नको घेउ, मॅरी अ गर्ल हू इज मेड फॉर यू आणि क्षिप्रा निश्चय कर आता.. माझ्या मित्राला सुखात ठेवायचा. आणि क्षितिज काळजी करू नकोस, मी मावशी आणि मम्मीला समजावेन."

त्रिशा रोहनकडे पाहत म्हणाली.."रोहन मला तुझ्या 'आणि' च्या पुढे वाक्य पूर्ण करायचे आहे...."

क्षितिजने क्षिप्राला मिठीत घेत आनंदोत्सव साजरा केला. मावळणारा सूर्य क्षिप्राला आयुष्य भराचे सुख देऊन गेला.

आपलं प्रेम आपल्याला शोधत येतच.. नाहीच आलं तरी आपल्याला भेटवणारे एक निमित्त मात्र नक्की असते.

समाप्त

६.पुनवेचा सूर्य.

मऊ मऊ रजई अंगावर पांघरून ती झोपली होती. पहाटेची कोवळी किरणे खिडकीवाटे येऊन तिला स्पर्श करू लागली. तिने हलकेच डोळे उघडले अन् म्हणाली "गूड मॉर्निंग, सनशाईन".

विहानचा चेहरा आठवून पूनिमाच्या चेहऱ्यावर स्मित खुलले. तिचा सनशाईन आहे तो. ऊर्जा तिच्या जगण्याची.

ती स्वच्छंदी अशी, स्वतःच्या जगात खुश राहणारी. विहान वर मनापासून प्रेम करणारी.

ना त्याच्या होकाराची अपेक्षा.
ना कधी त्याच्या वेळेची अपेक्षा.
ना कधी सत्यात तो सोबत असावा अशी कामना.

केवळ निस्वार्थ प्रेम. तिचं त्याच्यावर. तो जवळ असो लांब असो. तिने केवळ त्याचाच विचार कायम मनात ठेवला.
त्याच्या असण्याने ती सुखी रहायची. कायम.. अगदी कायम.

सकाळीच दवबिंदूंना स्पर्श करायला म्हणुन ती खाली बागेत आली. पायाखाली मऊशार गवताचा हिरवा गालिचा! चप्पल एका बाजुला ठेऊन ती अनवाणी त्या हिरव्या गवतावर चालू लागली. दवाने भिजलेले ते गवत तिच्या रोमारोमात सुखद शहारा आणत होते. झाडांमधून येणारी सूर्याची किरणं तिला स्पर्श करु पाहत होते.

विहान ssss... जणू खरंच त्याने तिला स्पर्श केला असावा.
तिची अशी सुंदर सकाळ रोजच व्हायची. तो सोबत नसून ही त्याच्या सोबत असण्याच्या भावनेने.

तो इकडे वाफाळणाऱ्या कॉफीचा मग हातात घेऊन बाल्कनीत उभा होता. त्या चंद्राला पाहत. जग अंधारून आलेलं . आणि काळोख्या आकाशात दिमाखात तेज आणणारा तो चंद्र... एक शितल सहवास त्याच्या सोबत त्या शांत चांदण्याचा त्या शांत चंद्राचा, त्याच्या ओठातून शब्द बाहेर आले..पूनिमा..
तेवढ्यात त्याचा मोबाईल वाजला. पूनिमा कॉलिंग..

" हॅलो!"

" हाय विहान, हाऊ वॉज युवर डे?"

" इट वॉज नाइस, प्रेझेंटेशन चांगलं झालं, आता तिकडून पॉसिटीव रिस्पॉन्स अपेक्षित आहे, मी तुम्हाला सगळे उपडेट्स देईन वेळोवेळी"

" ओके, कसं वाटतंय यू.एस.ए.. ॲडजस्ट झालास का?"

" येस मॅम, ॲब्सल्यूट्ली."

" ओके, तू आराम कर. आता रात्र झालीय ना तुमची. मी मेल्स चेक करेन आणि काही कंसर्न असेल तर मेसेज ड्रॉप करेन."

"शुअर मॅम, हॅव अ नाइस डे बाय! "

" बाय!!"
*
*
एअरपोर्टवर फ्लाईट लँड झाली. ती आरायवल्स एरिया मध्ये चेक करत होती ऑफिस स्टाफ पैकी कुणी आलंय का रिसिव्ह करायला.

तेवढ्यात तिला विहान दिसला. ब्ल्यु डेनीम जॅकेट, सफेद टी शर्ट

आणि ब्लॅक जीन्स . पूनिमा दिसताच त्याने हात वर करुन इशारा केला. ती जवळ येताच त्याने तिची ट्रॉली हातात घेतली.

"अरे तू का आलास, कुणा ज्युनिअरला पाठवायचं ना."

" नो प्रॉब्लेम मला काही हरकत नव्हती"

तो कार स्वतः ड्राईव्ह करत आला होता.

त्याने आणि तिने मिळून सामान आत ठेवले. अन् ती त्याच्या शेजारी येऊन बसली.

त्याने तिच्याकडे तिरप्या नजरेने पाहिले. ती म्हणाली" चल निघूया? "

त्याने होकारार्थी मान हलवली अन् कार ग्रँड हेवनच्या दिशेने वळवली.

गेट मधून आत आल्यावर त्याने तिला बाय म्हंटलं..
"अरे आत ये."

"नाही नको, संध्याकाळी यायचंच आहे."

" येस शुअर, चल बाय. "

ड्राईव्ह करत तो त्याच्या बिल्डींगच्या पार्किंगमध्ये आला. अन् डोळे मिटून बसून राहिला, तो थेट ६वर्ष मागे गेला.

कॉलेज मध्ये असताना एक सिंपल मुलगी त्याला खूप आवडली. अगदी साधारण दिसणारी. पण चेहरा तिचा चंद्रमुखी. जणू चांदण्यांचा वर्षाव झाला असावा तिच्यावर. येता-जाता तिला पाहणे. तिचे ते बालिश हसू, तिचे ते वर्गात प्रश्नांचे उत्तर देणे, वक्तृत्व स्पर्धेत भाग घेणे त्याला तिच्याकडे आकर्षित करायचं. तीच पूनिमा. साधी राहणी असूनही काहीतरी विशेष होतं तिच्यात!

तो कॉलेज संपवून फक्त नोकरी लागण्याची वाट पाहत होता. हातात कॉल लेटर आलं की तो तिच्याजवळ आपलं प्रेम व्यक्त करणार होता.

कॉलेज मध्ये अॅन्युअल फंक्शनला मात्र पूनिमा मागे असायची. तिला हा तामझाम कधीच आवडायचा नाही. दूर कुठेतरी ती बसून सगळं पाहत असायची किंवा घरी निघून जायची. ती कुठे राहते, तिचं फॅमिली बॅकग्राऊंड कोणालाच माहित नव्हतं. ती कॉलेजला यायची, लेक्चर झाले की मैत्रिणींसोबत निघायची. मैत्रिणी पण रिक्षा स्टॅण्ड पर्यंत सोबत.

असाच दुरून विहान तिला पहायचा. कधी बोलणं झालं नाही दोघांत. पण त्याने ठरवलेलं स्वतःच्या हिमतीवर नोकरी मिळवून मगच तिच्याकडे व्यक्त व्हायचे.

त्याचं कॅम्पस इंटव्ह्यूमध्ये सिलेक्शन झालं. ग्रॅजुएशनला फर्स्ट क्लास मिळाला. आता त्याने ठरवल्याप्रमाणे पूनिमाकडे व्यक्त व्हायचे हाच त्याचा मानस.

जॉब सुरू झाला पण पूनिमा त्याला कधी भेटलीच नाही. मनात खंत वाटू लागली, विचार येऊ लागले, तेव्हाच बोलायला हवे होते का??

जॉब सांभाळून तो एम. बी. ए. करत होता. ऑफिसचं टार्गेट

गाठत होता. सिनिअर्स त्याला चांगले मिळाले. विदाउट गॉड फादर तो वाटचाल करीत होता.

जॉब सुरू करून दोन वर्ष झाली. त्याचा बऱ्यापैकी जम बसला होता कामात. एम. बी. ए ही कंप्लीट झालं.

"विहान आज न्यू सीईओ आणि एक न्यू जॉइनी येणार आहे, प्लीज जरा लक्ष दे." त्याचे सर त्याला म्हणाले.

त्याने सरांना स्माईल करून म्हटलं " काळजी नका करू, आय विल हॅण्डल."

तो लॉबी मधून चालत जात असताना लिफ्ट उघडली आणि समोरून पूनिमा बाहेर आली. अचानक त्याने तिला पाहताच हाक मारली...

"पूनिमा!"

तिने त्याच्याकडे पाहिले अन् म्हणाली,

" हाय तू ईथे?"

" हो जॉब करतो इकडे, ती न्यू जॉइनी तूच आहेस का मग, चल नेतो आत तुला"

आज दोघे पाहिल्यांदा बोलत होते. कॉलेजमध्ये ना तो कधी तिच्याकडे आला ना ती त्याच्यासमोर आली.

तो तिला वेटींग एरियामध्ये घेऊन आला. आणि बाकी फॉरमॅलिटीज कंप्लिट करायला एच.आर.कडे गेला. मनात खूप खुश झाला तो. दोन वर्ष शोधत होतो पूनिमाला, आज फायनली भेट झालीय. आता उशीर नाही करणार. तिच्याकडे मन मोकळे

करेन.

पूनिमा ग्रँड हेवन मध्ये आली. सरवंटने रूममध्ये जाऊन सामान ठेवले.

एअरपोर्ट ते ग्रँड हेवन, तो एकही शब्द बोलला नाही तिच्यासोबत. मनात म्हणाली, 'तसाच आहे हा अजूनही'!.

ती सोफ्यावर पाठ टेकवून बसली. प्रवासाचा शीण आला होता. तिने सोफ्याला मान टेकवली आणि तिथे बसल्या-बसल्या तिला कॉलेजचा रोझ डे आठवला. तिला मिळालेले येलो रोसेस आणि ती निनावी कविता.

पुनवेचा शीतल चंद्र तू,
तप्त सूर्याचा अंश मी,

तू अंधाऱ्या रात्रीची साथ अशी,
मी भगभगणार दर दिवशी,

तुझे येणे तेच माझे निघणे,
कसे समजावू ह्या मनाचे खेळ असे,

पाहणे तुला आता नित्याचे झाले,
सांगावे वाटते खूप काही सखे,

जे मनात ठेवले होते कायमचे
कळतील का ते भाव तुला माझे

चंद्र आणि सूर्याचा होईल का कधी,
वेगळाच मीलाप ह्या धरणी वरती,

शिंपशिल का चांदणे ह्या तप्त सूर्यावरी ,
शितल चंद्रमुखी तू सूर्य तप्त असा मी.

- निनावी -

आजतागायत ते नाव निनाविच राहिलं आहे.
*
*

तो लगबगीने वेटींग एरियामध्ये आला. अन् तिला म्हणाला "आय एम सॉरी पूनिमा.. आय मीन मॅम"

ती उठून उभी राहिली आणि म्हणाली "नको बोलूस रे सॉरी, नाही आवडत मला असं."
*
*
*

संध्याकाळी ती ग्रँड हेवनच्या आलिशान हॉटेलमध्ये आली. सगळे प्रतिष्ठित लोक जमा झालेली. विहान आला. ऑलिव्ह ग्रीन सूट. गॉड गिफ्टेड हॅंडसम लूक. त्यात त्याच्या मेहनतीमुळे कंपनीला मिळालेलं यश. सगळ्यांच्या चर्चेचा विषय होता तो. दोघे समोरा समोर आले आणि त्यांची नजर एकमेकांवर खिळली.
*
*

"इट्स नॉट ओके मॅम. मला वाटलं तुम्ही न्यू जॉइनी आहात. एम सॉरी. प्लीज या मी तुम्हाला तुमची केबिन दाखवतो."

तो तिला केबिनकडे घेऊन गेला. आणि केबिनवर एव्हाना नेम प्लेट लावली होती..
*
*
*

ग्रँड हेवन मध्ये अनाऊन्समेंट झाली. “वॉर्म वेल्कम टू माय

डॉटर .."

*

*

'पूनिमा सूर्यवंशी'.. नेम प्लेट वाचून तो क्षणभर थांबला. सूर्यवंशी.. ती ओनरची मुलगी आहे!? नवीन सी. ई. ओ.

तिच्यासमोर प्रेम व्यक्त करायचे स्वप्न स्वप्नच राहिले. आज त्याला जाणवले की तो फक्त सूर्याचा एक किरण होता आणि ती पुनवेचा चंद्र. दोघांचे मिलन केवळ अशक्य! आपल्या प्रेमाची वाट त्याने बदलली. इतके वर्षानंतर आपलं प्रेम समोर असूनही तो तिला मनातले सांगू शकला नाही.

*

*

*

टाळ्यांचा आवाज झाला. तसे दोघे भानावर आले.

दुसरी अनाऊन्समेंट झाली. " बिग वेलकम टु अ गाय हू इज सोलली रिस्पोंसिबल फॉर धिस सक्सेस .. विहान अधिकारी!".

दोघे पुढे आले. टाळ्यांचा गजर सुरूच होता. सक्सेस पार्टीची सुरूवात झाली. दोघांच्या तल्लख बुद्धीमुळे हे यश कंपनीने पाहिले होतं.

ग्रँड हेवन. पूनिमाच्या वडिलांनी बांधलेला प्रशस्थ बंगला. पूनिमा इंडियामध्ये बिझनेस पाहते आणि तिचे पप्पा अन् ताई यू.एस.ए ला. आज ची पार्टी स्पेशली तिच्यासाठी अरेंज केली होती. म्हणून ती इंडियामधून यू.एसला आली होती.

पार्टी नंतर वडील आणि ती बंगल्याच्या लॉन मध्ये बसलेले. तिला विचारात गढलेलं पाहून त्यांनी तिला विचारले..

"काय सतावत आहे बाळा?"

"काही नाही."

" व्यक्त व्हावं केव्हातरी, अशी एकटीच असतेस कायम, बोलत जा जरा. नेहमी शांत असतेस. इतकी मेहनत करतेस. स्वतःचा कधीतरी विचार कर."

"हो पप्पा."

" बेटा, मी तुला कधीच अडवले नाही. आज ही मोकळीक आहे. जे तुला आतून खात आहे. तो प्रॉब्लेम बोलून सोडव "

"परवा निघेन मी पप्पा , अजून बरीच कामं आहेत."
" ओके, मी सांगितलय त्यावर विचार कर."

" होय पप्पा."

तिने एक दिवस तिकडेच ग्रँड हेवनवर घालवला.

दुसऱ्या दिवशी तिने बॅग भरली. स्वतःच्याच विचारात असताना ती रुमच्या खिडकीपाशी आली. विहान आला होता.

तिने बॅग उचलली अन् निघाली.

पप्पांना बाय करून ती वळली. समोर विहान उभा होता. त्याने तिच्याकडे न पाहताच तिला बाय केले.

पप्पा म्हणाले " यंग बॉय, जरा तिला एअरपोर्टला ड्रॉप करतोस का प्लिज?"

त्याने तिच्याकडे पाहिले अन् म्हणाला,

"येस सर."

तिने त्याच्याकडे पाहिले अन् काहीही न बोलता कारमध्ये जाऊन बसली.

आज पुन्हा एअरपोर्ट पर्यंतचा प्रवासही तसाच अबोल होता.

दोघे कार पार्क करून डिपार्चरकडे आले.

फ्लाईटची अनाऊन्समेंट झाली. तशी दोघांची नजरानजर झाली.

त्याचे मन बोलत होते नको जाऊ ना..

तिचे मन बोलत होते प्लीज थांबव आज तरी..

पासपोर्ट आणि बोर्डिंग पाससोबत चाळे करत... मध्येच केसांची बट मागे करत ती तिकडून निघायचा निष्फळ प्रयत्न करत होती.

ती पुढे गेली अन्.. तो मागे वळला.. डोळ्यातले अश्रू त्याने पुसले. आणि पुनः तो जाणाऱ्या तिला पहायला वळला. आणि पाहतो तर.. पूनिमा त्याच्या समोर उभी..

त्याने प्रश्नार्थक नजरेने तिच्याकडे पाहिले.

"विहान... आता तरी बोलशील का??"

हे बोलताना तिच्या डोळ्यातून अश्रू वाहू लागले.

तिच्या आवाजातली अधीरता त्याला जाणवली आणि त्याच्याही संयमाचा बांध फुटला...

"काय बोलू............ मॅम"

भेटशील पुन्हा..

" अजूनही मॅम??"

" पूनिमा ssss "

"विहान sss"

" अगं तू...." असं बोलून त्याने मान खाली घातली.

" ....पुनवेचा शीतल चंद्र मी,
तप्त सूर्याचा अंश तू

हो ना विहान ...!!?"

हे ऐकून त्याने झटकन मान वर केली आणि म्हणाला "ही कविता तर.."

" निनावी माणसाने लिहिली होती माझ्यासाठी..."

"........"

"आणि तो निनावी तूच आहेस विहान "

विहान शांत उभा होता.

"आता तरी बोल विहान."

"काय बोलू..."

"सगळं, जे कॉलेज पासून दडपून ठेवलयस ह्या हृदयात."

"पूनिमा..मी खरंच व्यक्त होणार होतो, म्हणून खूप मेहनत केली, यश मिळवलं.. अन् त्या दिवशी तुला मनातलं सांगणार असं ठरवलं..तेव्हाच कळलं तू त्या व्यक्तीची मुलगी आहेस

ज्यांच्या कंपनीत मी एक साधा मॅनेजर म्हणून काम करतो. तू चमकणारी चंद्रमुखी शांत सोज्वळ सखी. खरंच खूप आवडतेस मला तू. अगदी कॉलेजच्या पहिल्या दिवसापासून.. पण त्या दिवशी मी स्वतःला समजावलं.. सूर्याचा आणि पुनवेचा मेळ कधीच नसतो. म्हणून स्वतःची पायरी ओळखून मी मागे राहिलो. "

"वाह... मागे राहिलो.. अरे तू लपून-छपुन मला पहायचास तेव्हापासून मला माहीत होतं तुझं माझ्या वर प्रेम आहे ते. कधीच कोणते डेज अटेंड नाही करायचे मी. पण त्या दिवशी थांबले... कारण तुला कविता लिहिताना पाहिलं मी कट्ट्यावर. तू कबूली देशील असे वाटले..पण तेव्हाही तू समोर नाही आलास. आणि पायरी बोलशील तर कसली रे.. तू जी जागा तुझ्या मेहनतीने मिळवली आहेस..तीच मी वारसा हक्काने मिळवली..मग श्रेष्ठ तर तूच ना.."

"पण पूनिमा.."

" पूनिमा.. म्हणजे चंद्रमुखी..चंद्राचा अंश मी. विहान म्हणजे सूर्याचा अंश तू...

अरे... चंद्राला ऊर्जा कोण देतं?
तूच तर देतोस ऊर्जा मला.

ही पूनिमा अपूर्ण आहे रे विहानशिवाय.."

फ्लाईटची शेवटची अनाऊन्समेंट झाली.

तशी ती वळली.

त्याने तिचा हात पकडला आणि स्वतःजवळ ओढले.

आणि तिच्या कानात कुजबुजला...

"मॅम... सुट्टी मिळेल का..? माझ्या चंद्राला ऊर्जा द्यायची आहे... कदाचित तो रुसला आहे..माझी ऊब देऊन पाहतो... कदाचित माझ्या प्रेमाच्या उबेने रुसवा पळेल त्याचा!"

पूनिमाने हातात पकडलेले बोर्डिंग पास आणि पासपोर्ट बॅग मध्ये ठेवले. डोळ्यावाटे वाहणारे आनंदाश्रू तिने तसेच वाहू दिले.

अन् तिने विहानची ऊर्जा स्वतः मध्ये सामावून घेतली...

सूर्याचे किरण अन् चंद्राची शीतलता एक झाले...

समाप्त

७. येस आय लव यू

'काय करतेस?' तिने कॉल रिसिव्ह करताच त्याने विचारलं. ती म्हणाली, 'पुस्तक वाचत होते, किती मस्त गोष्ट आहे. पुस्तक ठेवावसच वाटत नाही.' तिचं पुस्तकाविषयीचं मत ऐकून त्यालाही आठवलं, आपणही पुस्तक वेडे होतो कधी काळी. कामाच्या व्यापात कोडींग-डीकोडींग करताना विसरून गेलो की आपल्यालाही छंद आहेत, म्हणून त्याने तिला सांगितलं, जे पुस्तक वाचशील त्याची गोष्ट मलापण सांगत जा. तेवढेच त्याला गोष्ट ऐकल्याचं समाधान आणि पुस्तकासोबत नातं टिकून राहिल्याचा आनंद!

शेखर... एक सॉफ्टवेअर इंजिनिअर आणि ती, कालिंदी त्याची शालेय मैत्रिण, आत्ता मास्टर्सच्या पहिल्या वर्षाला आहे. ती त्याच्यापेक्षा तीन एक वर्ष लहान. दोघांची मैत्री एकदम पक्की. सकाळी उठल्यापासून रात्री झोपेपर्यंत सगळी दिनचर्या एकमेकांना माहित.

सकाळी ऑफिस साठी जेव्हा तो निघाला तेव्हा त्याने सवयीने तिला कॉल केला आणि विचारले,
“आज काय करणार आहेस?”
त्याने तिला विचारताच तिचं उत्तर आलं...
“शेखर..... त्यांचा ब्रेकअप झाला रे!!!!”.
तिचा रडवेला आवाज ऐकून त्याला एकदम काळजी वाटली. त्याला माहित होतं ही सगळ्यांच्या मदतीला धावून जाते. त्याने विचारलं,
“कुठल्या मित्र-मैत्रिणीचा झाला ब्रेकप ?”
ती रडवेली होऊन म्हणाली,
“अरे त्या कादंबरितल्या नायक-नायिकेचा.”
त्याचं मॅचूर्ड डोकं विचार करू लागलं की,आता त्या नायक-नायिकेचा ब्रेकअप झाला, तर ही का हळवी होते. असो, तशी

त्याला सवय होती तिच्या या अल्लडपणाची. त्याने काहीतरी म्हणायचे म्हणून म्हणाला.. ' होईल सगळं नीट.'

ती त्याला रोज गोष्टीचे किस्से सांगत राहायची आणि तो ही कितीही थकलेला असला तरी तिची बडबड ऐकत असायचा. पण ही गोष्ट तिला खूप उदास करीत होती. फोनवर बोलताना त्याला जाणवत होतं ती खट्टू झालीय.

असच एकदा शेखर तिचा विचार करत ऑफिसला निघालाच होता की .... तिने सकाळी शेखरला फोन केला आणि म्हणाली, “ शेखर भेटणार का आज?”

कालिंदीला भेटायला त्याचा कधी नकार नसे, पण आज इतकं वर्कलोड की शक्य नव्हतं. तरी त्याने भेटायला होकार दिला. उशिरा भेटले पण झाली भेट.

ती नेहमीप्रमाणे बागडत होती. किती बोलू नि काय बोलू असं झालेलं तिला. तो तितकाच शांत, गुणी बाळाप्रमाणे एका भिंतीला टेकून उभा होता. तिला न्याहाळत होता. सोबत ऑफीसच्या कामाचाही विचार होताच डोक्यात.

कालिंदी म्हणाली,
' ऐक ना शेखर..'

थकलेला शेखर हळुवारपणे म्हणाला...

“ह्म बोल..आज काय विशेष”.

खिदळत-खिदळत ती आनंद ओसंडून वहावा तसं म्हणाली, “अरे शेखर... ते दोघे परत भेटले..! त्यांचा ब्रेकअप नाही झाला... कसलं भारी वाटतंय मला!”.

शेखरने तिचा आनंद पाहून तिला म्हटलं,

“कालिंदी अगं, त्यांचा ब्रेकअप नाही झालाय तर तू का खुश? जसं काय तुलाच कुणी भेटला आहे!”

एक क्षण विचार करून ती म्हणाली,
“ नाही भेटलं कोणी अजूनतरी.. पण कोणीच नाही भेटलं तर मी तुझ्यासोबत लग्न करेन. बोल करशील का?” शेखरचा थकवा जणू दूर पळावा तसा त्याचा चेहरा खुलला!

चमकून तो तिला म्हणाला “कालिंदी काय बोलतेयस तू?”
कालिंदी मिश्किलपणे हसत म्हणाली, “जे तू ऐकलस तेच.”

त्याच्या चेहऱ्याचा अंदाज घेत ती म्हणाली ' शेखर मी ठरवून नाही म्हणाले हे, पण गेल्या महिन्यात जेव्हा तू आणि मी रात्री भेटलो होतो बसस्टॉप वर आणि मी तुझ्यावर रूसलेली तेव्हा तू जो माझा हात पकडलास तेव्हाच माझ्या हृदयात धस झालं होतं, पण ते काय होतं हे इतके दिवस जाणवलं नाही, पण आज खरंच विचारते.. विल यू मॅरी मी?'

कालिंदीच्या असं अचानक व्यक्त होण्याला काय उत्तर द्यावं शेखरला काही उमजत नव्हतं. तो तसाच शांत बसून राहिला. ऑफिस मधले मित्र त्याला कालिंदीच्या नावाने कित्येक वेळा चिडवत असत. पण त्याने कधीच त्यांचे बोलणे गांभीर्याने घेतले नाही. आपली एक जिवलग मैत्रिण म्हणून आपण तिला नेहमी पाहत आलोय. तिच्यापाशी आपले मन शांत आणि हलके होते. तिची साथ आपल्याला आवडते.

एकदा त्याच्याच ऑफिस मधल्या भाग्यवानने दोघांना एकत्र पाहून विचारले होते..
‘केव्हा करताय लग्न..’
तेव्हा दोघेही एकदम ओरडले.. “नाही दादा असं काही नाही!!”
तेव्हा भाग्यवान दादा पण मिश्किल हसला होता.

आज कालिंदी बस स्टॉपचा जो किस्सा सांगत होती तेव्हा शेखरला आठवले की आपण जेव्हा कालिंदीचा हात पकडला होता तेव्हा विरुद्ध दिशेच्या बसस्टॉप वर उभ्या असलेल्या त्याच्या शालेय मित्र उमेशने दोघांना थेट प्रश्न घातला..
“केव्हा पासून आहे तुमचं?”
तेव्हा शेखर स्वतःशीच हसला होता.

पण आज आलेला हा क्षण त्या दोघांसाठी खूप अनपेक्षित होता!. घरून निघताना ना तिने विचार केलेला की आज शेखरच्या रुपात तिला तिचं पहिलं प्रेम मिळेल, ना शेखरने विचार केलेला की आज हे बागडणारं फुलपाखरू त्याचं होऊ पाहील. जो गोंधळ, जी गडबड सुरू होती जणू शांतच झालं सगळं, टेरेसवरचे ते वारे अचानक काही सांगू लागले. त्याच्यासोबत बिनधास्त दादागिरी करणारी कालिंदी आज लाजली. आपण शेखरला प्रपोज केलय ह्या गोष्टीची जाणिव झाली तिला. शेखरने तिचा हात हातात घेऊन म्हटलं,

' कालिंदी वी आर फ्रेंड्स' तिने जे समजायचं ते समजली. जणू काही घडलच नाही असा विषय बदलून ती पुन्हा बडबड करू लागली. इकडच्या-तिकडच्या.

थोड्या वेळाने निघायची वेळ झाली. दोघे लिफ्टपाशी उभे. आज त्याला काही सुचेना... आणि कालिंदीलाही शब्द सापडेना . एक वेगळीच शांतता दोघात. लिफ्टचा दरवाजा उघडताच दोघे आत गेले. ती एका कोपऱ्यात अन् तो एका. आज पहिल्यांदा शेखरने कालिंदीचं शांत रूप पाहिलं. तो तिच्या जवळ आला आणि म्हणाला,
“कालिंदी.. मी आधी नाही म्हणालो, पण नाही होत कंट्रोल”.
त्याने तिला जवळ घेतलं आणि तिला म्हणाला...

“येस आय लव यू!!” आणि हळूच त्याचे ओठ तिच्या ओठी बिलगले. कालिंदी काही म्हणाली नाही. फक्त अश्रू तिच्या

डोळ्यातून ओघळले. ती तिच्या पहिल्या प्रेमाच्या मिठीत विरघळून गेली.

ही ओढ

नकळत जे घडले,
ते सुंदर प्रेमाचे क्षण झाले.
न ठरवून असे
तुझे माझे नाते जमले,
भेट अशी रोजच घडली,
पण आजच्या भेटीत माझी मी सापडली.
तू हो म्हणता माझ्या भावनांचा बांध फुटला,
आनंदाश्रूतून माझा आनंदी सोहळा सजला
आता ही ओढ कायम असावी,
तू अन् मी ह्याची एक व्याख्या बनावी.

कालिंदीचे विचार..

मन कुठला विचार कुठे घेऊन जातं नाही! आत्ता मी विचार करत होते उद्याच्या कामाचा आणि अचानक कुठून तो आठवला! पूर्वी त्याला भेटण्याची घाई असायची. म्हणून मी ऑफीसमधून सगळं पटापट वाईंड अप करून निघायचे. 'कधी भेटते यार त्याला.' असं व्हायचं! दिवसभराचे सगळे इव्हेंट्स त्याला सांगायचे असायचे! आणि तो नेहमी सगळं शांतपणे ऐकायचा. कोणत्या विचारात असायचा कोणास ठाऊक. घरून फोन आला की दूर जाऊन बोलायचा.

भेटशील पुन्हा..

मी विचारायचे...

' शेखर, का रे असा दूर जाऊन बोलतोस. मी तुझीच आहे ना!? मग का नाही बोलत माझ्यासमोर?' तो एक स्मितहास्य करायचा आणि विषय टाळायचा.

एकदा कधी नव्हे ते अचानक बोलला तो आई-पप्पांसोबत.... माझ्यासमोर.
' पप्पा, डॉक्टरकडे जाणार आहात का, की मी येऊ? आलो तर एक दिवसाचा पगार घेईन हा.. बरं काळजी घ्या. नक्की जा. लव यू. आईलापण सांगा.'
" हे पहा असं बोलतो मी घरी." तो मला म्हणाला. मी आपली हसून त्याचा चेहरा पाहिला. खूप अटॅच होता तो फॅमिलीसोबत.

एक विश्वास होता मला . निर्मळ असं नातं होतं आमचं. त्याच्या रुपात एक खरं हृदय मिळालं होतं मला. डोळे मिटुन मी ज्याच्यावर विसंबु शकेन असा होता तो. एक अशी नजर जिने फक्त माझ्यात सगळं छान शोधलं.

तो फक्त माझा होता. हक्काचा. विश्वासाचा. मैत्रीचा. प्रेमाचा. आणि मी ही त्याची. मी त्याचा हक्काचा खांदा. मन हलकं करायला. गमती-जमती ऐकायला. सगळे थकवे घालवायला. मी त्याच्या आशेचा किरण. मी त्याची हसणारी बाहुली. मी त्याचं बागडणारं फुलपाखरू. फक्त त्याच्यात रमणारी मी. त्याचं प्रतिबिंब मी. त्याच्या हस्याचं कारण मी. खूप तहानलेल्या त्याच्यातल्या 'त्या' ला... तृप्त करणारी 'मी'. मन भरून यायचं माझं. कधीतरी त्याला गमवण्याची भीती वाटायची. त्याने कायम माझं बनून राहावं असं वाटायचं.

सुखाचे क्षण कित्येक आले. सगळे अनपेक्षित असायचे.
दिवाळीचे सुंदर दिवस होते आणि रोशणाईने भरलेल्या रात्री होत्या. शेखर मला भेटला होता. त्याच्या ऑफिसनंतर त्याच्या

सॉफ्टवेअर फर्मच्या ओपन गॅलेरीमध्ये. आजूबाजूला फटाक्यांचे आवाज होतेच. आज पहिल्यांदाच मी थकले होते आणि शांत होते. तो हसतच आला होता माझ्याजवळ. तो येऊन माझ्या समोर उभा राहिला आणि काही बोलणार तेवढ्यात त्याचा मोबाईल वाजला...

“हॅलो!” शेखर म्हणाला , त्याच्या आत्याचा कॉल होता.

पलीकडून आत्या काही बोलत होती, आणि तो मिश्किल हसत होता. त्याचा एक हात खिशात होता आणि दुसऱ्या हातात मोबाईल होता. आत्यासोबत बोलता-बोलता त्याने खिशातून हात काढला आणि माझ्या कमरेभोवती घालून मला जवळ ओढले. हा सर्व प्रकार अनपेक्षित होता. मी डोळे मोठे करून त्याच्याकडे पाहिले. आणि त्याने पटकन त्याचे ओठ माझ्या ओठांवर टेकवले. नाकावर नाक घासले आणि आत्याला म्हणाला... “केले गोड.” मी अजूनही प्रश्नचिन्हात होते आणि त्याच्या मिठीतही.

त्याने फोन ठेवला आणि मी त्याला लाडिकपणे एक फटका मारला.. त्याने माझा हात पकडला आणि म्हणाला, “अगं, आत्याच म्हणाली!”

मी रागे भरत म्हटलं, “काय म्हणाल्या आत्या.. मला कीस कर..?”

तो डोळे बारीक करत हसत म्हणाला..
“ नाही.. ती म्हणाली, आज धनत्रयोदशी आहे, सणासुदीचे तोंड गोड कर. म्हणून लगेच केले पहा मी तोंड गोड.. आणि शिवाय तुझेही केले की!!”

मी लाजून लाजून चूर झाले, आणि आकाशात फुलांची बरसात व्हावी तशी रोशणाईने भरलेल्या फटाक्यांची बरसात झाली.

भेटशील पुन्हा..

तो कमी बोलायचा पण जितके बोलला असेल त्याच्याशी कोणीच जिंकू शकत नव्हते.

अंगणात पसरलेल्या प्राजक्ताच्या सड्याप्रमाणे माझ्या आयुष्यात शेखर नावाचा सुवासिक सडा अंथरला होता. इतकं सुख होतं ते.. मलाच माझी दृष्ट लगायची भीती वाटायची. त्याच्यासारखा वैचारिक माणूस ,मी कधीच पाहिला नव्हता. जेव्हा भेटायचा तेव्हा कित्येक नवीन गोष्टी नकळत शिकवायचा. मला तो कायम हवा होता माझ्यासोबत, केवळ माझं त्याच्यावर प्रेम होतं म्हणून नाही.. तर केवळ मला एकदा 'शेखर' बनता यावं म्हणून.

कधी कोणाला काही देताना त्याचा नकार नव्हता. एकदा एक गरीब मुलगा आला पैसे मागायला..

"का हवेत पैसे?" शेखरने त्याला विचारले.

"भूक लागलीय." तो मुलगा म्हणाला..

शेखर उठला... ज्यूस आणि सँडविचवाल्याला ऑर्डर दिली. त्याने त्या मुलाला दोन सँडविच आणि ज्यूस पार्सल दिले.

"दोन कशाला?" मुलाने विचारले.

शेखरने दूर झाडामागे उभी असलेल्या बाईकडे बोट दाखत म्हटले..."जा आईला दे!"

त्या मुलापेक्षा शेखरच्या डोळ्यात समाधान होते. असा होता शेखर! संवेदनशील.

सतत कोणत्या न कोणत्या विचारात असायचा. ह्याच विचारात असताना माझा हात का आणि कधी सोडला त्याने, मला कळलेच नाही. त्याची ही संवेदना माझ्या बाबतीत कशी कमी पडली..

एकदा बोलता बोलता तो म्हणाला.. मी कमवतो माझ्यासाठी आणि माझ्या आई-पपांसाठी. तेव्हा मला जाणवलं. त्यामध्ये 'मी' कुठेच नव्हते. कधी विचारही नव्हता केला असं होईल. अबोला आणि आमच्यात! एक अशक्य गोष्ट..

आता पुन्हा तसं कधीच नसणार. मी हरले. त्याला गमावून सगळं जग परकं झालं. तो निघाला. कायमचा. पुन्हा कधीच न वळून पहायला. मी तिथेच आहे. कायम त्याच्याच आठवणींमध्ये.

त्या आठवणींमध्ये मी कालिंदी... शेखरची प्रेयसी. त्याच्यावर जिवापाड प्रेम करणारी. आज आम्ही सोबत नाही. माझा संसार वेगळा आणि त्याचा वेगळा. पण इतका मुरलाय तो माझ्यात की तो माझ्यापासून कधी विभक्त झालाच नाही. आजही आहे तो माझ्या आठवणीच्या कोनाड्यात.

हे सगळं त्या आठवणीत होतं. इथे सत्यात ना तो आहे ना मी! कुणीतरी आपल्यावर इतका विश्वास ठेवावा की आपल्यालाच त्याने त्याचं विश्व समजावं. इतकं जवळ करावं की आपण स्वतःला भाग्यवान समजावं. आपल्यालाही वाटावं की खरंच आपण त्याचे खूप जवळचे आहोत. हे सगळं वाटत असताना हे विसरायचं नाही, की हे असं केवळ आपल्याला वाटतं. गरजेचं नाही हे सत्य असेल.

"खरंच केलेस का रे प्रेम कधी माझ्यावर तू शेखर? " माझा हा प्रश्न आजही अनुत्तरीत आहे.

'का गेलास शेखर.....मला अगदी सुखाच्या शिखरावर चढवून नंतर का असे उंचावरून पडण्याचे अनुभव दिलेस. '

भेटशील पुन्हा..

जेव्हा त्यानी मला सोडलं तेव्हा मी रडले नाही. दुःखी खूप झाले. पण कोणाला दुःख दाखवलं नाही. तो का होता माझ्यासोबत त्यालाच माहीत. पण तो माझं सर्वस्व होता. तो मला किती हवा होता माझ्या आयुष्यात हे केवळ मीच जाणते. माझा अविभाज्य भाग होता तो..आजही आहे. आज फक्त माझ्या आठवणीत राहतोय एवढंच. आणि मला त्याला तिथून कुठंच नाही पाठवायचं.

फक्त एकच इच्छा आहे. त्याला कळावं. मी चुकले नव्हते कधीच. खूप गरज होती मला त्याची. माझ्या प्रत्येक उतरत्या क्षणी. आजही डोळे पाणवतात त्याच्या आठवणीने.

असो. आता पुन्हा आजचा विचार. उद्याची कामे लाईन अप करायची. मग पुन्हा असाच येणार तो. विचारात चालत-चालत. हो... विचारात... आयुष्यात नाही.

कसे वाटले असेल मला ,
त्याला जाताना पाहून,
वाटले असेल असेल का त्याला ...
एकदा पहावे वळून,
नाहीसा झाला तो,
वळणावरती पुढल्या,
वळण आहे तिकडेच..
वाटा मात्र विभक्त झाल्या,
विचारांच्या गर्दीत तो,
एक बिन्दु बनून गेला,
बिन्दु होऊन ही तो,
माझ्यातच राहिला,
नवे जग सुरू केले ..
मीही , त्यानेही,

खंत राहिली मनामध्ये,
चुकले असेल का..
माझे कुठेतरी,
आज त्याची आठवण झाली,
डोळ्यात काहीतरी खूपले सांगून,
अश्रुंना मी वाट दिली.

'त्याच्या 'येस आय लव्ह यू'च्या अपेक्षेत असणारी मी ... कालिंदी..'

समाप्त.

८. भेटशील पुन्हा

ती लाल परी ..एस. टी, नुकतीच फलाटावर लागलेली. त्या लाल परीची खिडकी आणि खिडकीपाशी बसलेली ती. पावसाने बाहेर जोर घेतला म्हणून साऱ्या खिडक्या दणादण खाली आल्या.. ती खिडकी बंद करून आपली कॉलेजची बॅग अन् छत्री जवळ घेऊन बसली. ती बंद असलेल्या खिडकीबाहेर पाहण्याचा प्रयत्न करत होती.

खिडकी बंद होती पण तसे विचार काही बंद नव्हते. कॉलेज ते घर अन् घर ते कॉलेज हाच एक प्रवास असायचा तिचा. खूप अभ्यास करायचा. अगदी मन लावून. पुढे शिकायला जायचे होते. तेव्हा गावाबाहेर जावं लागतं पुढील शिक्षणासाठी. शाळा, ज्युनिअर कॉलेज आता सिनियर कॉलेज इकडे गावातच. ज्युनियर कॉलेजचा विचार आला की तिला ' तो ' हमखास आठवायचा.

त्याच्या विचारांत ती पोहोचली आणि लाल परीच्या बंद खिडकीतून पाणी आत येऊन तिच्या हातावर उडालं तेव्हा तिच्या विचारांना ब्रेक लागला.

' श्या, ही एस.टी.सुरू का होत नाहीये एकतर एस.टी. पण गळते.'

तिने वैतागून छत्रिनेच हातावर पडलेले पाणी पुसायला सुरू केलं. आणखी कुठे ही लाल परी गळत नाही ना हे पाहण्यासाठी ती खाली वाकली. तेवढ्यात मागून आवाजआला..

" मी इकडे बसू का?" ती आवाज ऐकताच एक सेकंद थांबलीआणि तिने मान वर करून पाहिलं.

उफफफफ.. काळजाचा ठोकाच चुकला तिच्या. ती निःशब्द होती. आजचा दिवस सुवर्ण अक्षरात लिहावा का...!

" हॅलो मी तुला विचारतोय , बसू का??" त्याच्या परत आलेल्या प्रश्नावर ती भानावर आली.

"अं.. हा बस ना."

बापरे ज्युनियर कॉलेजमधला तिचा क्रश. ज्याचा काही मिनिटांपूर्वी ती विचार करत होती, तो इतक्या वर्षांनी समोर आला होता! काय झालं असेल त्या व्याकुळलेल्या मनाचे जेव्हा त्याच्याच विचारात मन असावं अन् त्याच व्यक्तीने मागून साद द्यावी. तिच्यासाठी हे म्हणजे ओंजळीत तारे तोडून आणून दिल्यासारखं होतं.

जरा कन्फ्युज्ड होती, मनाची घालमेल सुरू होती. ज्याला केवळ दुरून पाहत होते आज तो चक्क शेजारी बसला होता! ती बंद खिडकीबाहेर अशीच पाहत होती. स्वतःला शांत करायला ती छत्रीसोबत चाळे करत होती. मनात किती विचार सुरू होते. ह्याला ठाऊक तरी असेल का की मी ह्याचा सतत विचार करत असते? प्रेम , आकर्षण, ओढ..ह्या साऱ्या भावना म्हणजे- 'तो'.. तिच्या शेजारी एका स्पर्शाच्या अंतरावर होता!
विचारांचं आता काहूर माजलं होतं मनात तिच्या.

" ह्याच एस. टी ने जातेस का रोज?" पुन्हा त्याचा आवाज कानावर आला.

ती अजूनही बंद खिडकीबाहेर पाहत होती. तिने डोळे घट्ट बंद केले. अजूनही हृदयाची धडधड बाहेर ऐकू येईल की काय असं वाटत होतं तिला!

तिने मान वळवून त्याच्याकडे पाहिलं.

"हो.." तिने थोडक्यात उत्तर दिलं.

" आणि सकाळी?"

" आठची बस." तिने जेवढ्यास तेवढं उत्तर दिलं.

" कसं चाललंय कॉलेज?"

" ठीक." तिने पुन्हा एका शब्दात उत्तर दिलं.

" बोलत नाहीयेस का बरं? मला तर कळलेलं की तू खूप बोलतेस!!"

ती जरा हसली आणि म्हणाली, " बोलते, पण आपली ओळख नाही तशी, म्हणून मी जरा....."

" ओळख काय ..एका शाळेत होतो आपण, आणि नंतर एकाच ज्युनियर कॉलेजमध्ये! हा... फक्त तुझा एक-दोन वर्ष सिनियर होतो तेवढाच फरक."

बापरे आज शिवानीची पर्वणीच होती. ज्याला केवळ दुरून पाहायचे, तो शेजारी बसून पॅरेग्राफवर पॅरेग्राफ बोलतोय! तिने स्वतःच्या भावना कंट्रोल केल्या. ' नाही शिवानी नाही.. मृगजळ असतं बाळ हे..' ती स्वतःला समजावत होती.

" काय ग कुठे लक्ष?"

ती भानावर येत त्याच्याकडे पाहू लागली. त्याने तिच्यासमोर टिचकी वाजवली.

" काय?" तो म्हणाला.

ती पुन्हा डोळे मिचकावत त्याच्याकडे पाहत होती. तिला जाणीव झाली.. आता हे खूप अति होतय. आपण असं समोरच्याला आपल्या भावना कळतील असे नाही वागले पाहिजे!

"हो पाऊस खूप आहे आज." ती बंद खिडकीबाहेर पाहत पटकन उद्गारली.

त्याने हलकेच स्मित केलं. अन् तो ही बाहेर पाहू लागला. थोड्या वेळात कंडक्टर आला,

" टिकिट sss" त्याचा धारदार आवाज कानावर आला तसे दोघे त्याच्याकडे वळले. तिने बॅगमधून पर्स काढत टिकिट मागितले

" एक शंकर चौक आणि एक रामसेन स्टॉप."

" अगं घेतलं असतं की मी."

" राहू दे. रोज थोडी भेटतोस तू?"
त्याने तिच्याकडे हसून पाहिलं आणि म्हणाला,

" आता उधारी राहिली तर मग माझ्यावर."

ती काहीच न बोलता अशीच बाहेर पाहत राहिली. गेल्या चार वर्षात त्याच्यावर मनोमन केलेलं प्रेम ती आठवत होती.

त्याच्या नुसतं समोर येण्यानीसुद्धा तिच्या पोटात कशी फुलपाखरे बागडत असत आणि आज तर तो तिच्या शेजारी, एवढ्या जवळ होता!!! आज तर तिला अगदी आकाश ठेंगणं झाल्यासारखा वाटत होता!!
वाटत होत आज त्याला अगदी मनभरून पाहावं. ती त्याला पाहण्यास मान वळवणार तेवढ्यात मागून आवाज आला...

"शिवू.. "

तिने मागे वळून पाहिलं तर तिची दीदी चार सीट मागे होती. तिने दीदीला हात केला. शेजारी कोण बसलय ह्याचा अंदाज घेत दीदीने तिला डोळा मारला.

शिवानी जवळ-जवळ लाजलीच. तिने हलकेच त्याच्याकडे कटाक्ष टाकला. तो तिच्याकडेच पाहत होता. उफफफफ ती नजरानजर. तो क्षण कायमचा कैद करावा असा होता. तिला तो जरी खूप आवडत होता तरी तिने त्याचे डोळे इतक्या जवळून कधीच पाहिले नव्हते. त्याच्या तपकिरी डोळ्यात ती आज नव्याने प्रेमात पडली होती. दोघेही काही क्षण निःशब्द होते. मग त्यानेच तिला विचारले

" शिवू बोलतात तुला..?" तिने होकारार्थी मान हलवली.

" मग, मी काय बोलू?" त्याने तिच्यावरून नजर न हटवता विचारले.

स्वतःला एकदम कॉन्फिडन्ट ठेवत तिने उत्तर दिले..

" आधी बोलायला लागेल आपल्याला मग ठरवू नाव काय द्यायचं!!"

" मी नसतो ना इकडे नाहीतर भेटलो असतो वरचे वर मग बोलता आलं असतं."

" ओह, कुठे असतोस तू? खरंच किती वर्षांनी दिसलास."

" फायनल इयर झालं आहे इंजिनिअरिंगचं. "

" वाव.. दॅट्स ग्रेट!"

" आपण विषयापासून भरकटलो आहोत का? माझा प्रश्न काही

वेगळाच होता."

तिने हसत-हसत खिडकीबाहेर पाहिलं. पाऊस थांबला होता. त्याच्या प्रश्नाचं उत्तर न देताच तिने खिडकी उघडण्याचा प्रयत्न केला. खिडकी उघडताच वाऱ्याची थंड लहर आत आली. दोघेही शांत बसून होते. तिच्या मनात खूप काही सुरू होते.

" शिवानी..."

" अम्.."

" हाऊ कॅन आय कॉन्टॅक्ट यू?"

तिने त्याच्याकडे एक नजर टाकली आणि म्हणाली.. " भेटू असेच परत बाय फ्लुक..जेव्हा येशील गावी असाच."

तो अबोल राहिला. पुढे तिचा स्टॉप येईपर्यंत ते तसेच गप्प बसून होते.

तिचा स्टॉप जवळ आला, मागून दीदीने हाक मारली. "शिवू, चल." शिवानी उठली. तो तसाच शांत बसून होता. तिने त्याला बाय म्हंटले अन् ती दरवाजाच्या दिशेने चालू लागली. एस.टी मध्ये फारशी गर्दी नव्हती. म्हणून ती सहज वाट काढत चालू लागली.

एस. टी स्टॉपवर पोचणार होती. तितक्यात ती मागे वळली. चालत त्याच्याजवळ येऊन उभी राहिली. तो अजूनही खिडकीबाहेर पाहत होता. ती खाली वाकली अन् त्याच्या कानात म्हणाली.. "254786" त्याने झटकन मान वळवली. ती हलकेच हसली अन् म्हणाली, "ओम !! मला..कॉल कर!"

तिने दारात जाऊन मागे वळून पाहिले. एक आशा जागृत झाली होती. इतके वर्ष त्याच्या विचारात होती ती. आज तोच सत्यात

तिच्याजवळ बसलेला... तो.. तिचा ओम!!
*
*
*
*
एस. टी तून उतरून दीदी तिला खूप चिडवत होती. दीदी बहिण असली तरी तिची सगळ्यात जवळची मैत्रिणही होती. दीदीने तिच्या डोक्यावर हात ठेवला, तिने दीदीकडे पाहिलं तेव्हा शिवानीचे डोळे पाणावले होते.
दीदीने तिला जवळ घेत म्हटलं,

" नशिबात असतं तेच घडतं. वाहत जा प्रवाहासोबत, पण भरकटू नकोस."

तिने दीदीकडे पाहिलं अन् म्हणाली..

" असं काही नाही ग.. मी आपलं सहज." दीदीने तिच्या खांद्यावर हात ठेवत तिच्याकडे हलकेच हसून पाहिलं. बांध तुटून जेव्हा भावना बाहेर येऊ पाहतात, तेव्हा कुणी आपलं आपल्याला समजून घेणारं असेल तर गोष्टी खूप सोप्या होऊन जातात. ' काही नाही ' असं बोलूनदेखील जेव्हा एखादी व्यक्ती समजून घेते आपल्या मनात खूप काही आहे, पण शांत राहून ती व्यक्ति आपल्याला आपला वेळ देते त्यापेक्षा मोठी समजूतदारी कोणतीच नाही.

पुढला अर्धा दिवस केवळ त्याच्या शेजारी बसण्याच्या आनंदात व्यतीत झाला तिचा. दोघात झालेलं मोजकं संभाषण आठवून ती मनोमन खुश होत होती. तिने सोबतीच्या प्रवासाचे तिकीट पर्स मधून काढले आणि त्यावर लिहिले..साथ , सोबत, संगत. ते फोल्ड करून गळ्यातल्या लॉकेटमध्ये ठेवले. झोपताना ती त्या दैवी शक्तीचे आभार मानायला विसरली नाही.

सकाळीच घरातला फोन वाजला. तिने फोन उचलला. "हॅलो!!"

" हॅलो.. शिरसाट ह्यांचे घर का?"

" होय.. आपण कोण?"

" मला शिवानीसोबत बोलायचे आहे."

" हा बोलतेय, कोण आपण?"

" ओह.. काय मॅडम, नंबर देता आणि विचारता आम्ही कोण?"

" मी.. मी कोणाला नंबर दिला??"
आता पलीकडे शांतता होती.

शिवानीला एकदम कालचे तिचे आणि ओमचे संभाषण आठवले.

" ओम.. तू!!????"

" येस मॅडम, मी.."

तिच्या डोळ्यातील चमक...वेगळीच चमक होती आज. ती सध्या हवेत तरंगत होती. कसं सांगू ह्याला काय आहे हा माझ्यासाठी! ती सतत स्वतःला समजावत होती.. कंट्रोल शिवू.. कंट्रोल..

" मुंबईस केव्हा..?" तिने विचारलं.

" उद्या."

" अच्छा."

" भेटणार का?"

भेटशील पुन्हा..

" अरे क्लास आणि कॉलेज असतं.. बंक नाही करू शकत."

" ओह.. नो वरीज."

थोडं बोलून तिने फोन ठेवला. स्वतःच्या डोक्यावर टपली मारत तिने म्हंटले..', स्टूपिड.. बोलतोय भेटू तर कशाला हा भाव खायचास?'

*
*
*

सकाळी आठच्या एस टी ला नेहमीसारखी ती आली... एस टी मध्ये बसून राहून राहून तिला एकच विचार येत होता. 'का भेटायला बोलावत असेल तो..? असच टाईमपास असेल ...असुदे पण ॲटलिस्ट भेटला तरी बाय फ्ल्यूक!, इतक्या जवळ बसून बोलता येईल असे फक्त स्वप्नात वाटलं होतं मला,फक्त बटरफ्लाईज इन स्टमक येत आहेत दोन दिवस. ' गेल्या दोन दिवसात तिला सगळे किस्से आठवत होते, त्याची फक्त एक झलक पाहण्यासाठी ती काय काय आणि कुठे कुठे हिंडत होती.. दीदीला तर तिने नको केलेलं .

अशीच एकदा गावातल्या रस्त्यावर एकटी चालत येत होती तेव्हा ती नुकतीच बारावी पास झाली होती. त्याचे विचार तिच्या मनात तेव्हापासून होते. मनात एकच विचार आला.. ह्या पुढल्या वळणावर एकदा दिस मला तू.. नशिबावर विश्वास आहे माझा आणि मनात गाणं गुणगुणत ती चालत होती..

' *एक राह तो वो होगी तुम तक जो पोहोचती है, इस मोड से जाते है ...*'

आणि पुढल्याच वळणावर तिची पावलं थबकली. कारण तो बाईकवर ह्या 'मोड'वर तिला खरंच दिसला! पण त्याने तिच्याकडे जराही नजर वळवून पाहिलं नाही. खरंच अल्लड वयातलं प्रेम

होतं तिचं..पण तीन -चार वर्ष झाली अजून त्याचाच विचार करत होती ती. त्याचं तेव्हा वळूनही न पाहणं तिला जाणीव करून गेलं की आपण त्याच्या नजरेत जराही नाही येत. पण मनात ती एक इच्छा बाळगून होती.. त्याला कधीतरी आपले प्रेम कळावे.

तसा तो अधून-मधून तिला गावाच्या हद्दीत बऱ्याच वेळा बाईकवर दिसायचा. तो समोर आला की बाकी जग तिच्यासाठी नाहीसं व्हायचं . एकदा ती आणि दीदी समुद्रावर फिरायला निघाले. ती शांतपणे चालत होती. समुद्राच्या रस्त्याला लागून गणपतीचे एक मंदिर होते. ती दीदीला म्हणाली..

" दीदी.. मला ना ओमच्या बईकचा नंबर पाठ करायचाय."

दीदी हसू लागली.. " तो समोर आला की तुला दुसरं काही दिसतं का? बाईकचा नंबर म्हणे!"

तिने हताश होऊन मान खाली घातली. मंदिरा शेजारून जाताना एक बाईक उभी दिसली.. दीदी म्हणाली,

" हीचा, नंबर पाठ कर!" तिने बाईक वर नजर टाकली.. ' एम एच. 06. बी .2606' तिने नंबर म्हणून दाखवला आणि दोघी जागच्या जागी उभ्या राहिल्या. ओमचा दादा येऊन त्या बाईकवर बसला..

दीदी म्हणाली..

"शिवू आज देवाकडे आणखी काही मागितलं असतस तरी ते मिळालं असतं.." आज त्या सगळ्या आठवणी तिच्या डोळ्यासमोर तरळत होत्या.

*

*

*

ती खिडकी बाहेर पाहत होती. तिला का कोणास ठाऊक असं

वाटलं की कोणी तिच्याकडे पाहत आहे. तिने हलकेच मान वळवली आणि एक क्षण स्तब्ध झाली. ओम तिच्या शेजारच्या सीटवर बसलेला. काहीही विचार न करता ती उठून त्याच्या शेजारी जाऊन बसली..

" ओम..तू..!" तिने विचारलं.

त्याने ओठांवर हलके हसू आणत म्हंटले, " होय मीच!"

"अरे पण इतक्या लवकर कसा? आज तुला जायचंय ना मुंबईस?" तिने एकदम त्याच्यावर प्रश्नाचा भडिमार केला.

त्याने रॅक मध्ये ठेवलेली बॅग शांतपणे दाखवत तिला म्हंटले,

"ती बघ , चाललोय मी मुंबईस.. तुला भेटायचं होतं मला म्हणून लवकर निघालोय. आठची एस टी घेतेस तू असं म्हणाली होतीस ना.."

आपण सांगितलेलं त्याने इतकं लक्षात ठेवलं हे पाहून ती सुखावली.

एस. टी स्टँड ला येऊन थांबली, तेंव्हा तिने त्याला बाय म्हंटलं. ती जायला निघाली अन् तो तिला म्हणाला..

"आज क्लास बुडवशिल का?" ती पाठमोरी तशीच उभी राहिली. एक सेकंद थांबली आणि वळली.
तो खांद्यावरची बॅग बजुला ठेऊन खिशात हात घालून उभा होता. तिच्यासाठी आजपर्यंतचा सगळ्यात चारमिंग व्यक्ती होता तो.

ती चालत-चालत त्याच्याजवळ आली.

" काय झालं ओम?"

ओमने तिच्या डोळ्यात पाहत म्हंटलं,

" खूप बोलायचय मला तुझ्यासोबत, ऐकशील का?'

ती आश्चर्याने त्याला पाहू लागली. काय आहे ह्याच्या मनात. ती खरंच थांबली फक्त त्याच्या एका बोलण्याने. बराच वेळ दोघे शांत उभे होते. बाहेर पाऊस सुरू झाला . ती वरून येणाऱ्या पागोळ्या आपल्या हातावर झेलत होती. तो तिचा बालिशपणा न्याहाळत होता.

त्यानेच बोलायला सुरुवात केली.

"शिव..."

त्याने तिला शिव म्हणताच पगोळ्यांखाली खेळणारी ती क्षणभर स्तब्ध झाली. तिचे हात पूर्ण भिजत राहिले... आणि कुठेतरी मनही तो ओलावा खेचू लागले.. तो पुन्हा म्हणाला..

" मी तुला शिव म्हंटले तर चालेल ना?"

ह्याला आज काय झालंय.. का हा असा वागतोय. तिचं मन तिला खूप प्रश्न विचारत होतं.. त्याच्या प्रश्नावर तिने मानेने होकार दिला..

"शिव.. मला तुझ्यासोबत खूप काही बोलायचं आहे."

" काय झालंय ओम..कशाविषयी बोलायचय?" तिने अधीर होत त्याला विचारलं.

" तुला आठवतंय एकदा गावात..तू एका वळणावर चालत जात होतीस आणि समोरून मी बाईकवरून आलो."

तिने त्याच्याकडे चमकून पाहिले.. ह्याला कसं आठवतय हे सारे????

" तेव्हा ते अचानक नव्हतं!" तो तिला म्हणाला.

" म्हणजे, मी समजली नाही ओम."

" म्हणजे मला माहित होतं तू त्यावेळी तिकडून येणार आहेस. मी तुला पाहण्यासाठी तिथे आलो होतो. असं अनेक वेळा जेव्हा-जेव्हा मी आणि तू समोर यायचो.. तेव्हा ते सगळं प्लॅन्ड असायचं. परवा झालेली आपली भेटसुद्धा अचानक झालेली नव्हती. मला ठाऊक होतं तू त्या एस टी मध्ये असणार आहेस. म्हणून मी तिकडे आलो होतो. तुला भेटायला."

शिवानी पुरती गोंधळली होती. हा काय बोलतोय. प्रेम माझं आहे ह्याच्यावर. हा काय सगळे किस्से सांगतोय. कसले प्लॅन करत होता.

तिच्या चेहऱ्यावरचे भाव पाहून त्याने सांगितले ,

"तुमच्या घराशेजारी राहणारा सुमंत. मला मुंबईस भेटला. आम्ही बरेच क्लोज फ्रेंड्स झालो. त्याच्यासोबत बोलताना लक्षात आलं तो तुमचा शेजारी आहे. मी तुझ्या घरचा नंबर मागितला. त्याच्याकडे नव्हता. पण त्याने मला म्हंटलं जर मी खरंच सिरियस असेन तुझ्यासाठी तर तो नक्की मला मदत करेल. "

" मला कळेल असं बोलशील का ओम. सिरियस आणि काय-काय बोलतोयस मगापासून..!"

" माझं क्रश होतं तुझ्यावर, ज्युनियर कॉलेजपासून. पण तुला अभ्यसात डिस्टर्ब नको म्हणून काहीच बोललो नाही. हे माझं इंजिनिअरिंगचं शेवटचं वर्ष होतं. मी पुढे शिकायला बाहेरच्या

देशात जात आहे. जाण्याआधी तुला माझ्या मनातलं सांगायचं होतं.. मला काहीच कल्पना नाही तू माझा विचार तरी करत असशील का कधी. पण मला तुला इतकंच विचारायचं आहे.. शिव मी परत येईपर्यंत थंबशील माझ्यासाठी..."

शिवानी हे जे सगळं ऐकत होती ते तिला स्वप्न वाटत होतं.
ती केवळ एकटक त्याच्याकडे पाहत होती.
त्याला तिचं असं नुसतं पाहणं अपराधी वाटू लागलं. त्याने खिशातून हात काढत स्वतःच्या कानाला हात लावला अन् म्हणाला..

" शिव, आय एम सॉरी' मी असं बोलून तुला हर्ट केलं असेल तर.."

तो पुढे बोलणार इतक्यात शिवानी उत्तरली..

" थांबली आहे, आणि ह्या पुढेही थांबेन ..तू *'भेटशील पुन्हा'* ह्या एका आशेवर."

तिचे उत्तर ऐकून त्याने आपले डोळे बंद केले. त्याच्या बंद डोळ्यातून आसवे आली. शेजारी उभी असलेली ती..त्याच्यासमोर येऊन उभी राहिली. तिच्या नाजुक बोटांनी तिने त्याचे अश्रू पुसले. त्याने डोळे उघडताच तिला समोर पाहिले. तिचेही डोळे अश्रूंनी डबडबले होते. दोघांच्या डोळ्यात जरी अश्रू असले तरी मन मात्र आनंदाने भरले होते.

त्याने तिचा हात हातात घेत विचारले "खरंच??"

तिने त्याच्या हाताला घट्ट पकडत म्हंटले..

' मी तुझी....

सुरेख रात्र संपून सकाळ कशी सुंदर वाटते,
तू स्वप्नी आला हे ऐकुन ती ही आता लाजते,

काल तू माझा होतास, गालात खूप हसत होतास,
मी डोळे उघडले तू दूर होतास, हसत मात्र तेव्हाही होतास.

माझ्या अल्लड प्रेमाला दुरुन न्याहाळत होतास,
मग मी ही लाजून मिठीत येण्याची तू वाट पाहत होतास,

तुझ्या डोळ्यातले भाव खूप काही सांगू लागले,
मला तुझी होण्यापासून दूर नाही ठेवू शकले.

स्वप्नी मी तुझीच, विचारात ही मी तुझी,
मिठी तुझी आता मला हवी आयुष्यभरासाठी....'

एस. टी स्टँड वर मुंबई गाडीची अनाऊनस्मेन्ट झाली.. तिच्या शेवटच्या वाक्याने त्याला तिच्या मिठीची ओढ लागली..पण गाव छोटे होते आणि समाजाचे विचार ही छोटे.. त्याने तिच्या कानात हळूच म्हंटले.. "ही मिठी पण उधारी माझ्यावर.. थांब माझ्या साठी. पुढल्या आठवड्यात फ्लाईट आहे. दोन वर्षानी येईन मी.. सेव युरसेल्फ फॉर मी."

तिने होकारार्थी मान हलवली अन् त्याला बाय केले.

*

*

*

आता दर पंधरा दिवसांनी ओमचे कॉल्स असायचे घरच्या फोनवर. तेव्हा मोबाईलची सुविधा नव्हती. घरच्यांपासून लपवून स्वतः निवडलेल्या मुलासोबत बोलणे इतके सोपे नव्हते तेव्हा. दीदी एक तेवढी तिच्या बाजूने होती. तिच्याकडे ती आपले मन हलके करायची.

आज त्याचा कॉल येणार म्हणून ती फोनपाशी घुटमळत होती. पण....

पण त्याचा कॉल नाही आला.. त्या दिवशी नाही आणि त्या नंतर कधीच नाही. कोणाला काय विचारायचं कसं विचारायचे..ती एकटी पडली होती. आनंदी राहणारी ती उदास राहू लागली. दीदीचं लग्न ठरलं, काही महिन्यांनी दीदीचे लग्न झालं. शिवानीचं ग्रॅज्युएशन झालं. ओमचा कॉल आलाच नाही. हळू-हळू तिच्या साठी लग्नाची विचारणा होऊ लागली. तिने पुढे शिकायचे आहे असे विनवून नेहमी लग्नाचा विषय पुढे ढकलला. दोन वर्ष पुण्यास शिकायला गेली. तो ही कोर्स पूर्ण झाला अन् ती पुन्हा गावी आली.

एकदा दीदी माहेरी आली होती. "अजून किती वाट पाहशील. बाहेर गावी गेलाय तो शिवू, नाही येत असे परत कोणी. तिथली चकाचौन त्याला आपल्यापुढे जास्त आवडली असेल."

" दीदी ..त्या दिवशी भेटलोच नसतो तर किती बरं झालं असतं नाही. मी सुमंतला पण विचारलं तोही काही सांगत नाही."

खूप उदास होतं तिचं मन. डोळ्यातून ओघळणारे अश्रू आणि ओम सोडून गेल्यापासून दरवर्षी बरसणारा पाऊस. हे दोन्ही तिला नित्याचे झाले होते.

' जर नव्हती द्यायची साथ तर कशाला हवा दिलीस प्रेमाला माझ्या. व्यक्त न होताच खुश होते मी तुझ्या प्रेमात. हे असं फसवले गेल्याची भावना खूप खात आहे रे ओम..'

भेटशील पुन्हा..

त्या पारावर बसून आजही अडकून आहे,
पारंब्यातून येतील श्रावण सरी,
त्याचीच इथे आस आहे,

जाताना होईल ओझरते पाहणे असे,
मन ह्याच आशेवर अजूनी जगले आहे,

दर वर्षी उन्हे सरतात,
साद सरींना जाताना देतात ,

सरींचे येणे वेडावतात मला,
वाट पाहून जीव थकला आता,

मी आहे बसुनी तेथेच पाहत वाट,
जेथे सोडला होतास माझा हात,

वेड्या मना सावर आता,
सरीवर सरी किती सांगतील कथा,

क्षणात एका जाते भिजूनी आठवणीत,
क्षण दुसरा आणतो मज भानावरी,

आस धरुनी ठेवली ह्दयात तुझी जागा,
श्रावण सरी बरसतील, जेव्हा भेटशील पुन्हा..

ती रूमच्या खिडकीबाहेर बरसणारा पाऊस पाहत होती. दीदीने मागून येऊन तिच्या खांद्यावर हात ठेवत विचारलं..

"काय विचार करतेस?"

तिने एक लांब श्वास घेतला अन् म्हणाली..

"दीदी , पप्पांना सांग ते म्हणतील त्या मुलासोबत मी लग्न करायला तयार आहे."

*
*
*

डिसेंबर महिन्यात लग्नाचा मुहूर्त निघाला होता. सगळ्यांच्या आनंदात तिचा आनंद मानून ती सगळे विधी पार पाडत होती. अगदी लग्नाचा बस्ता बसण्यापासून सगळे विधी ती करत होती. ओम नसल्याची मनात सल मात्र होती. पण आपण फसले गेलो ह्याची चीड येताच ती ओमला गमावल्याचे दु:ख विसरायचा प्रयत्न करत होती.

दीदी लग्नाच्या तयारीत सगळी कामे करत होती. पण दीदीही आनंदी नव्हती. सुमंतपण येऊन जाऊन असे. तीन वर्ष झाली ओम तिला सोडून जाऊन. टेक्नोलॉजी बदलली जग पुढे जात होतं. पण तो कुठे होता हे कोणालाच ठाऊक नव्हते. दीदी आणि सुमंतला अधून-मधून गप्पा मारताना शिवानी पाहत होती.

शिवानीच्या मनात त्यांची ती शेवटची भेट अजूनही ताजी होती. ' भेटशील पुन्हा ' आस होती तिला पण तो काही आला नाही. घराच्या गच्चीवर ती विचार करत उभी होती आणि समोर सुमंत तिला दिसला. सुमंतने तिला दुरून हात केला. तिने कुस्नुसा हसल्या सारखे केलं आणि तिथून निघून गेली.
साखरपुडा, हळद.. एक एक करून सारे विधी पार पडू लागले. आज लग्नाचा दिवस होता. मुंबईच्या आलिशान हॉलमध्ये लग्न

पार पडणार होते. ती, वधुसाठी नेमलेल्या रूममध्ये जायला निघाली. भिंती पलीकडून कोणाच्या रडण्याचा आवाज आला. ती एक क्षण तिकडेच थांबली. 'कोण रडत असेल?' ती स्वतःलाच विचारत होती.. ती वधू कक्षाकडे चालू लागली. आणि थोडं पुढे जाऊन तिने मागे वळून पाहिले. भिंती मागून सुमंत डोळे पुसत बाहेर आला.. आणि मागोमाग दीदीपण बाहेर आली. शिवानीला काही कळेना. तिने दोघांना हाक मारली.

" सुमंत ..दीदी..काय झालंय. दीदी हा सुमंत का रडतोय?"

दीदी तिची समज काढत म्हणाली,

" शिवा अगं काही नाही बघ, जास्त काही विशेष नाही."

सुमंत एकाकी ओरडला,

" पुरे आता दीदी , प्लीज तिला आता तरी कळू दे. "

" काय कळू दे मला मी गेला महिनाभर पाहतेय, दीदी घरी आली की तुम्ही काहीतरी कुजबुज करत असता. काय लपवता आहात माझ्यापासून. प्लीज सांगा."

सुमंत रडायला लागला. त्याने तिच्यासमोर खाली बसत तिची माफी मागितली.
" मला माफ कर शिवानी." शिवानीचं आता डोके चालत नव्हतं. तिने त्या दोघांना रागाने पहात म्हंटले,

" अरे कृपा करा माझ्यावर आणि सांगा काय झालंय."

सुमंत डोळे पुसत म्हणाला,

" शिवानी चल माझ्यासोबत." त्याने तिचा हात पकडला आणि हॉलच्या मागच्या दरवाजातून बाहेर नेत टॅक्सीमध्ये तिला बसवून निघाला.

"सुमंत अरे सांग तरी आपण कुठे जातोय ?"

तो काहीच बोलत नव्हता. थोड्या वेळात टॅक्सी एका हॉस्पिटल बाहेर थांबली. नवरीच्या वेशात सजलेली शिवानी सुमंतच्या मागे-मागे चालत होती. त्याने तिला एका काचे बाहेर उभं केलं. इंटरकॉम वर कॉल करताच आतला पडदा सरकला.. अन् शिवानी मागे सरकली. तिचा हुंदका अडकला.

" सुमंत हे काय आहे.... मला आत जाऊ दे प्लीज.."

ती त्याच्याकडे याचना करत होती. त्याने तिला सावरण्याचा प्रयत्न केला पण आज ती सावरण्याच्या मनःस्थितीत नव्हती. त्याने नर्सला विनंती करून तिला आत नेण्यास परवानगी मागितली. खूप विनंतीनंतर त्यांना आत जाऊ दिले..

ती आत गेली डोळ्यातून ओघळणारे अश्रू घेऊन ती तिथे उभी होती..तिचा आवाज जड झाला होता.
" ओम!!!!!!"

सुमंत तिला सांभाळत होता.

" तू खचून जाशील म्हणून त्यानेच मला सांगितलं होतं, तुला त्याच्या ह्या अवस्थेबद्दल काही सांगायचे नाही. तुला भेटून तो इकडून गेला. महिना दोन महिन्याने त्याला उठता-बसता त्रास होऊ लागला. डॉक्टरने काही टेस्ट सांगितल्या. थोड्या दिवसात त्याला जागचे हलताही येईना. टेस्ट रिपोर्ट्समध्ये असे डीटेक्ट झालं की त्याला बोन कॅन्सर आहे. आज तीन वर्ष होत आली. तो असाच पडून आहे. तुझी सगळी ख्याली-खुशाली विचारत

असतो. पण तुला काहीही सांगायचं नाही म्हणून बजावून ठेवलेलं मला. अन् दीदीने पण सांगितलं की तुझं त्याच्यावर खूप प्रेम आहे आणि तू दुसऱ्या सोबत लग्न करणार नाहीस. म्हणून आम्ही ओमविषयी तुला काहीच कळू दिलेलं नाही."

शिवानी शून्यात बघत होती. तिने मागे वळून पाहिलं काचेबाहेर दीदी आणि त्यांचे आई-बाबा उभे होते. ती समोर असलेल्या ओमजवळ गेली.

हॉस्पिटल बेडवर झोपलेल्या ओमचा हात तिने हातात घेतला. ओमने हळूच डोळे उघडले. शिवानी वधूच्या वेशात त्याच्यासमोर बसली होती. तिला आपल्या समोर पाहून त्याला आनंद झाला. पण त्याने मान वळवली.

"शिव का आलीस इथे, तू जा इथून.."

तिच्या डोळ्यातून अश्रू वाहत होते. तिने त्याचा हात घट्ट पकडला. " भेटशील पुन्हा.. ठरलेलं ना आपलं, आलीय मी पुन्हा भेटायला तुला."

"माझ्या आयुष्यात आता फक्त अंधार आहे. प्लीज जा तू. आज लग्न आहे तुझं."

" मी आणि तू मिळून उजाळूया आयुष्य आपलं. मी आलीय ना आता ओम."

" माझ्याकडे जास्त वर्ष नाहीत आता. मी तुला असं अंधारात नाही ओढू शकत."

" कुठं आहे अंधार ओम.. जिथे शिव आहे तिथेच ओम आहे. आणि ओम आहे म्हणून तर उजाळा आहे. शिव आणि ओम कधी वेगळे नाही होऊ शकत."

" सोप्पं नाही हे सारं."

" सोप्पं काय होतं आजवर ओम. तुझ्या प्रेमाची वाट पाहणे, तुला दूर होताना पाहणे, तुझ्या दुरव्याला धोका समजणे, कुणा दुसऱ्यासोबत लग्नाला होकार देणे..आणि आज..आज तुला ह्या स्थितीत एकट्याला लढताना पाहणे.. आता कितीही वर्ष असुदे. पाच वर्ष, दोन वर्ष , एक वर्ष, अर्ध वर्ष, एक दिवस..सोबत राहू."

त्याने तिचा हात घट्ट पकडत समोर काचेतून पाहणाऱ्या साऱ्यांना पाहिलं. तिच्या आई वडिलांनी बाहेरून दोघांना आशीर्वाद दिला..

तिने गळ्यात असलेले लॉकेट काढलं. त्यात त्यांच्या पहिल्या एकत्र प्रवासाचे तिकीट होते. तिने ते त्याला दाखवलं. साथ, सोबत, संगत. तिने त्यावर लिहिलेले ते शब्द. त्याने ते तिकीट पाहिलं आणि त्याच्या डोळ्यातून आनंदाश्रू वाहू लागले.

दोघेही हॉस्पिटलच्या खिडकीबाहेर पाहू लागले. डिसेंबर महिन्यात ...बाहेर पावसाच्या सरी कोसळत होत्या. त्याही आज धरणीला भेटायला आल्या होत्या पुन्हा...

असेच कितीतरी किस्से भेटण्यास पुन्हा अतुर असतील.. ज्याचे-त्याचे गंतव्याचे ठिकाण ज्याला-त्याला योग्य वेळी पुन्हा भेटणार.

फक्त मनापसून म्हणा ...

भेटशील पुन्हा..

समाप्त